ஆனந்தக் குமரன்

ரா. பி. சேதுப்பிள்ளை

Title: Ananda Kumaran

Author: R. P. Sethupillai

Language: Tamil

First Published on: 1939

Year of Publication: 2024

Book Format: Paperback

*Page Size: 6inch * 9inch*

Category: Essays

Subject: Literary Essays

No. of pages: 110

ISBN: 978-81-998117-9-9

Published by: Nilan Publishers, Madurai, Tamilnadu, India

பொருளடக்கம்

குறிப்புகளுக்காக

முகவுரை

சென்னை 'ஆனந்தபோதினி' மாதப்பதிப்பிலும், காரைக்குடி 'குமரன்' வாரப்பதிப்பிலும் பத்தாண்டுகளுக்கு முன்பு நான் எழுதியிருந்த இலக்கியக் கட்டுரைகளில் இருபத்திரண்டைத் தொகுத்து 'ஆனந்தக்குமரன்' என்னும் பெயரால் வெளியிட்டுள்ளேன். கட்டுரைகளில் பழமையும் புதுமையும் விரவியிருத்தலால் பழமை பாராட்டுவோர்க்கும் புதுமை பார்ப்போர்க்கும் இந்நூல் ஏற்புடையதாகும் என்றெண்ணுகிறேன். 'ஆனந்தக்குமரனை' ஆர்வமுற எடுத்து அச்சிட்டுதவிய காஞ்சி 'தமிழ்க்கலை' ஆசிரியரும் என் நண்பரும் ஆகிய வித்வான் அ. மு. பரமசிவானந்தர்க்கும் அச்சகத்தார்க்கும் எனது மனமார்ந்த நன்றி உரியதாகும்.

தியாகராயநகர்
சென்னை.

ரா. பி. சேதுப்பிள்ளை.

ஆனந்தக் குமரன்

1. தென்மலையும் வடமலையும்

இயற்கைவளஞ் சான்ற மலைகள் எந்நாட்டு மாந்தர்க்கும் இன்பம் விளைப்பனவாம். தமிழ்நாட்டில் அடுக்கடுக்காக ஓங்கி உயர்ந்த குன்றுகளையும், அவற்றினின்று பொங்கி வழிந்து இறங்கிய அருவி களையும் கண்டு களிப்புற்ற பண்டைத் தமிழ் மக்கள், ஆண்டு இறை நலம் சிறந்து இலங்கக் கண்டார்கள். இத்தகைய தெய்வமணம் கமழும் மலைகளுள் தமிழ் முனிவன் வாழும் பொதியமலை தலைசிறந்ததாகும். மஞ்சுலாவும் அம்மலை முடியில் விளங்கும் வெண்மதியின் தண்ணொளியும், அம்மலைச்சாரலி லமைந்த நறும் பூம்பொழில்களில் தவழ்ந்து திரியும் தென்றலின் இனிமையும், கருமலையினின்று இழியும் வெள்ளருவியின் வனப்பும் மாந்தர் கண்ணையும் கருத்தையும் ஒருங்கே கவர்வனவாம். இத்தன்மை வாய்ந்த இயற்கை அழகினை,

***"திங்கள்முடி சூடுமலை தென்றல்விளை யாடுமலை
தங்குபுயல் சூழமலை தமிழ்ழனிவன் வாழமலை
அங்கயற்கண் அம்மைதிரு அருள்சுரந்து பொழிவதெனப்
பொங்கருவி தூங்குமலை பொதியமலை என்மலையே"***

என்று குறத்தியின் வாயிலாகக் குமரகுருபர அடிகள் புகழ்ந்துரைத்தார். தமிழ்முனிவன் வாழும் பொதியமாமலையிற் பொங்கிப் பொழியும் தண்ணருவி, கன்னிநாட்டை ஆளும் அங்கயற்கண் அம்மையின் தண்ணருள்போல் அடிகளது உள்ளத்தைக் குளிர்விக்கின்றது. 'உலகு புரந்தூட்டும்' உயரிய அருள்வாய்ந்த அருவியை அங்கயற் கண்ணியின் கருணை வடிவாகக் கண்டு அடிகள் மனமாரப் போற்றுகின்றார்.

தென்னன் தமிழும் தென்றற் கொழுந்தும் திளைத்து உலாவும் பொதியமலைக் குறிச்சிகளில் குறமாதர் இயற்கை உடை உடுத்து, இயற்கை உணவருந்தி, இயற்கை மலர் தொடுத்து, இயற்கை அழகில் இறைநலங்கண்டு வழிபட்டு இனிது வாழ்வார்கள். நாள்தோறும் வள்ளிக்கொடியில் வீழ்ந்த கிழங்குகளை அகழ்ந்தெடுப்பார்கள்; குறிஞ்சிமலரைக் கொய்து முல்லைக்கொடியில் வைத்துத் தொடுப்பார்கள்; பசுந்தழையையும் மரவுரியையும் பாங்குற உடுப்பார்கள்; செழுந்தினையையும் நறுந்தேனையும் விருந்தினர்க்குக் கொடுப்பார்கள்; தேனையும் கனியையும் திருத்தி உண்பார்கள்; பதனிட்ட புலித்தோலைப் பாயலாக விரித்துக் கவலையின்றி உறங்கிக் காலையில் எழுந்து கடவுளைத் தொழுவார்கள். இத்தகைய எளிய வாழ்க்கையின் அழகினை,

"கொழுங்கொடியின் விழந்தவள்ளிக் கிழங்குக்கல்லி எடுப்போம்
குறிஞ்சிமலர் தெரிந்துழல்லைக் கொடியில் வைத்துத் தொடுப்போம்
பழம்பிழிந்த கொழுஞ்சாறும் தேறலும்வாய் மடுப்போம்
பசுந்தழையும் மரவுரியும் இசைந்திடவே உடுப்போம்
செழுந்தினையும் நறுந்தேனும் விருந்தருந்தக் கொடுப்போம்
சினவேங்கைப் புலித்தோலின் பாயலிற்கண் படுப்போம்
எழுந்துகயற் கணிகாலில் விழந்துவினை கெடுப்போம்
எங்கள்குறக் குடிக்கடுத்த இயல்பிதுகாண் அம்மே"

என்று குறவஞ்சியின் வாயிலாகக் குமரகுருபரர் அருளிப் போந்தார்.

'புலவர் பாடும் புகழுடைய' பொதியமலையைத் தன்னகத்தே கொண்ட தென்தமிழ்நாட்டிற் பிறந்து, முருகவேள் அருளால் முத்தமிழ்ப் புலமைவாய்ந்து விளங்கிய முருகதாசர், குறுமுனிவன் வாழும் தமிழ்மலையைப் போற்றிப் புகழும் பான்மை புதியதோர் இன்பம் தருவதாகும். கங்கையாற்றைத் தரும் வடமலையினும், காவிரியாற்றைத் தரும்

குடமலையினும், பொருனையாற்றை நல்கும் பொதியமலையே சிறந்ததென்று அப்புலவர் கூறுகின்றார்.

என்றுமுள தென்தமிழை இயம்பி இசைகொண்ட குறுமுனிவன் என்றும் இனிதமர்ந்து தமிழ் வளர்க்குமிடம் பொதியமலையே யாதலால் அம் மலை ஏனைய மலைகளினும் மாண்புடையதென்பது அவர் கருத்தாகும். முத்தமிழும் செழித்து வளரும் பொதியமலையில் முருகவேள் அருள் பெற்றுவாழும் திருமுனிவன் பெருமையை,

"கந்தன் அம்பொற் கழற்றுணை நீங்குறச்
சிந்தனைக் குறுமாழனி சேர்தலால்
அந்தமால்வரை அன்புசெய் வார்க்கெலாம்
சந்தழத்தமி ழைத்தரத் தக்கதே"

என்று அடிகள் போற்றுகின்றார். மறைமொழி யென்னும் திரு மொழியை மாதொரு பாகனார்க்குக் 'கொஞ்சித் தமிழாற் பகர்ந்த கும ரேசனை' வழிபட்டு அருள்பெற்ற குறுமுனிவன் வாழும் மலையை முருகதாசராய அடிகள் புகழ்ந்து போற்றுதல் முறையேயன்றோ? முத்தமிழ்த் தலைவனாய முருகனைப் போற்றும் குறுமுனிவன் உறையும் தமிழ்மலை, அன்போடிறைஞ்சி அகங்குழைவார்க்கு முத்தமிழ்ச் செல்வமும் வழங்கும் தகுதிவாய்ந்ததென்பது அடிகள் கருத்தாகும்.

இத்தகைய புகழ்வாய்ந்த பொதியமலையின் பெருமைக்கு முருக தாசர் பிறிதொருசான்று தருகின்றார். பொன்மலையெனவும், வெள்ளி மலையெனவும், இவ்வுலகிலுள்ள உயரிய மலைகளைச் சிறப்புப் பெயர்களாற் குறிக்கும் தமிழ்க்கவிஞர் 'மலையம்' என்னும் பொதுப் பெயரால் பொதியமாமலையைக் குறிக்கும் பான்மை அம்மலையின் இணையற்ற சீர்மைக்கு ஏற்ற சான்றாகுமென்று அடிகள் எண்ணுகின்றார். தமிழ்நூல் வழக்கில் 'பூ' என்னும் பொதுப்பெயர், திருமகள் உறை யும் செந்தாமரையைச் சிறப்புறக் குறித்தல்போலவும், 'ஊர்' என்னும் பொதுப்பெயர்,

வளவர் வாழ்ந்த பழம்பதியாய் உறையூரைக் குறித்தல் போலவும், 'மலையம்' என்னும் பொதுப்பெயர் தமிழ்மலையாய பொதியமாமலையையே குறிப்பதாகும். இவ்வுண்மை,

"மலையத் தோங்கி மதுரையின் வளர்ந்து புலவர் நாவிற்
பொருந்திய தென்றல்"

என்று இளங்கோவடிகள் பொதியமலைத் தென்றலைப் புகழுமாற்றால் இனிதுவிளங்கும். இங்ஙனம் நினைப்பிற்கும் எட்டாத நெடுங்கால மாக நிலவும் நூல்வழக்கினை ஆதரவாகக்கொண்டு பொதியமலையின் சிறப்பினை முருகதாசர் உணர்த்தலுற்றார்.

"கலையுணர்வார் பலர்தாமும் தொன்றுதொட்டிந்
நாள்வரையும் கடல்சூழ் பாரில்
நிலைபெறுபொன் மலைவெள்ளி மலையாதி
யனகோடி நிலவக் கண்டும்
புலைவெறுத்துச் சாபமிட்ட புகழ்முனிவன்
வசிப்பிடமாம் பொதியை என்னும் மலையழகு
மிகப்பொலிதல் உணர்ந்தன்றே
மலையமென வகுக்கின் றரே"

என்னும் முருகதாசர் வாய்மொழி தமிழ்மக்கள் உள்ளத்தில் புதியதோர் ஆர்வத்தை எழுப்புவதாகும்.

இனி, செந்தமிழ்நாட்டின் சென்னியாய்த் திகழ்வது வேங்கட மென்னும் விழுமிய மலையாகும். பழந்தமிழ்ப் பனுவலாய தொல் காப்பியம் எழுந்த காலத்திற்கு முன்னமே வேங்கடமலை தமிழ்நாட்டின் வடஎல்லையாக விளங்கிற்று. வானுற ஓங்கிய அவ்வடமலையில் திருமால் கோயில் கொண்டருளினார். அக்காரணத்தால் திருவேங்கடம் என்னும் திருப்பதி 'நெடியோன் குன்றம்' என வழங்கலாயிற்று. அம்மலையில் திருமால் நின்று இலங்கும் கோலத்தைச் சிலப்பதிகாரம் அழகொழுக எழுதிக்காட்டுகின்றது. ஆழியும் சங்கும் அங்கையி லேந்தி, அழகிய ஆரம் மார்பிலணிந்து,

பொலம்பூவாடை புனைந்து திருமால் வடமலையிற் காட்சி தருகின்றார்.

வடமொழி வழங்கும் நெடுநிலத்திற்கும் தென்மொழி நிலவும் தமிழகத்திற்கும் இடையே நின்று எல்லைகுறிக்கும் பெருமை வேங் கடத்திற்குரியதாகும். ஆரிய மணமும் அருந்தமிழ் மணமும் ஒருங்கே கமழும் அம்மலையில் முனிவரும் சித்தரும் மகிழ்ந்துறைவாராயினர். அம்மலையினின்று வீழும் அருவியில் அருமறை அறிந்த அந்தணரும், மெய்யறிவுபெற்ற மேலோரும், சிந்தையை அடக்கிய சித்தரும் நாள்தோறும் நீராடிச் செல்லும் நீர்மையைக் கம்பர் புகழ்ந்து போற்றியுள்ளார்.

அம்மலைச்சாரலில் விரைந்துசெல்லும் ஆறுகளில் அருமறை யோர் நீராடும் அழகும், அவற்றின் இருமருங்கும் அமைந்த தவச் சாலைகளில் மாதவத்தோர் உறையும் மாண்பும், குறிஞ்சிநிலமாதர் பண்ணொடு பாடும் இசைப்பாட்டின் இனிமையும் மாந்தர் மனத்தைக் கவர்வனவாகும். பல்லாண்டு மறைபயின்று பண்புற்ற ஆன்றோர், விரையுறு நறுமலர் ஏந்தி வடமலைப் பெருமானை வணங்கும் கோலம் விண்ணவரும் கண்டு வியக்கத்தக்கதாகும். இந்நீர்மை வாய்ந்த நெடுமலை 'புகழ்பொதிந்த மெய்யேபோல் பூத்து நின்றது' என்று கம்பர் புகழ்ந் துரைத்தார். இங்ஙனம் வடமலையில் திருமாலும், தென்மலையில் குறுமுனியும், அகலாது நின்று காத்தருளும் பேறுபெற்ற தமிழ் நாட்டின் பெருமையை,

"நீலத் திரைக்கட லோரத்தி லேநின்று
நித்தம் தவஞ்செய் குமரியெல்லை-வட
மாலவன் குன்ற மிவற்றிடை யேபுகழ்
மண்டிக் கிடக்கும் தமிழ் நாடு.
முத்தமிழ் மாமுனி நீள்வரை யேநின்று
மொய்ம்புறக் காக்கும் தமிழ்நாடு-செல்வம்
எத்தனை யுண்டு புவிமீதே அவை
யாவும் படைத்த தமிழ் நாடு."

என்று பாரதியார் புகழ்ந்து மகிழ்ந்தார்.

2. சேரனும் கீரனும்

தமிழ்நாடு தன்னரசுபெற்று வாழ்ந்தகாலத்தில் தமிழ்மொழி தலைசிறந்து விளங்கிற்று. தமிழறிந்த மன்னர் தமிழ்நாட்டை ஆண்டுவந்தமையால் முத்தமிழும் முறையே வளர்ந்தோங்கித் திகழ்ந்தன. அறிவினைக் கொல்லும் வறுமைவாய்ப்பட்டு வருந்திய தமிழ்ப் புலவர்களைத் தமிழ் நயமறிந்த அரசர் ஆதரித்துப் போற்றுவாராயினர்.

சேரநாட்டை ஆண்டுவந்த பெருஞ்சேரல் என்னும் அரசன் ஆண்மையிலும் வண்மையிலும் சிறந்து விளங்கினான்.

அம் மன்னன் சோழநாட்டை ஆண்ட வளவனையும் பாண்டிநாட்டை ஆண்ட மாறனையும் வென்று, ஔவைக்கு நெல்லிக்கனி அளித்த அதிகமான் அஞ்சியின் வலியழித்து, தகர்த்தற்கரிய தகடூரை அடிப்படுத்துத் தமிழுலகம் போற்றத் தனிக்கோலோச்சி வந்தான்.

சேரமானது கொடிய வாளின் கொற்றம் கண்டு அஞ்சி, அவனடி தொழுத முடி வேந்தர் பலராயினர்.

இத்தகைய சீர்த்திவாய்ந்த சேரமானது கொடைத்திறத்தினைக் கேள்வியுற்ற மோசுகீரனார் என்னும் தமிழ்ப்புலவர், அம்மன்னன் பால் பரிசு பெற்றுப் பசிப்பிணி அகற்றக் கருதி நெடுவழி நடந்து அரண்மனை வாயிலை நண்ணினார். அப்பொழுது சேரமான் ஓர் அணி விழாக் காணுமாறு வெளியே சென்றிருந்தான். ஆயினும் அரண் மனைவாயில் அடையாதிருந்தமையால் கீரனார் இடையூறின்றி உள்ளே சென்றார். மன்னனுக்குரிய மாளிகையின் அழகையும் அமைப்பையும் கண்குளிரக் கண்டுகளித்தார். மாடத்தைச் சூழ்ந்திருந்த சோலையின் வழியே தவழ்ந்துவந்த மெல்லிய தென்றல் நறு மணம் கமழ்ந்தது. நெடும்பசியால் நலிந்து, வெயிலால் உலர்ந்து, வழிநடையால் வருந்தித் தளர்வுற்ற

தமிழ்ப்புலவர் அவ்வரண்மனையில் இருந்து இளைப்பாற எண்ணினார். அதற்கு ஏற்ற இடத்தை நாடுகையில் மாளிகையின் ஒரு பால் அழகிய மஞ்சம் ஒன்று தோன்றிற்று. அம் மஞ்சத்தில் மெல்லிய பஞ்சமைந்த மெத்தை இட்டிருந்தது. அதன்மீது பாலாவி போன்ற பூம்பட்டு விரித்திருந்தது. மஞ்சத்தைக் கண்ட புலவர் நெஞ்சம், பள்ளத்துட் பாயும் வெள்ளம் போல் அதன்மீது படர்ந்தது. வண்ணப்பூஞ் சேக்கையைக் கையினால் தீண்டி இன்புறக் கருதி அதன் அருகே சென்றார். மருங்கு செல்லச் செல்ல அம்மஞ்சம் அவர் மனத்தை முற்றும் கவர்ந்து தன் வசமாக்கிக் கொண்டது. கையினால் அதன் மென்மையை அறிய விரும்பி அணுகிய புலவர் மெய்மறந்து அதன்மீது சாய்ந்தார். அந் நிலையில் என்றும் அறியாத பேரின்பமுற்றார். அவ்வின்ப நிலையில் மற்றெல்லாம் மறந்து சற்றே கண்முகிழ்த்தார். இயற்கை நலமறிந்த புலவரை இளைப்பாற்றக் கருதிய தமிழ்த் தென்றல் இன்புறத் தவழ்ந்து போந்து அவர் கண்களை இறுக்கியது. அருந்தமிழ்ப்புல வர் இனிய உறக்கத்தில் ஆழ்ந்தார்.

சிற்றுடை உடுத்த செந்தமிழ்ப் புலவர் இவ்வாறு கவலையற்று உறங்குகையில் சேரமான் தானைத்தலைவர் புடைசூழத் தன் மாளிகை வந்தடைந்தான்; விழாவணி கண்டு மகிழ்ந்த அமைச்சர்க்கும் தானைத்தலைவர்க்கும் விடைகொடுத்த பின்பு, சிறிது இளைப்பாற எண்ணினான்; விழாவிற்காக அணிந்திருந்த ஆடை அணிகளையும் உடைவாளையும் களைந்தான்; அரண்மனை ஒடுக்கத்திற் போந்து தனித்திருக்கக் கருதி வீரமுரசம் வீற்றிருத்தற்குரிய மணிமஞ்ச டத்தின் வழியே சென்றான்; அங்குப் பழுத்த மேனியும் நரைத்த முடியும் வாய்ந்த பெரியாரொருவர் தளர்ந்து கண்வளரக் கண்டான்; அவரது முகத்தின் விளக்கத்தால் அவர் வாக்கில் ஒளியுண்டெனத் துணிந்தான்; அவரணிந்திருந்த பழுதுற்ற உடையினைக் கண்டு பூமகளால் புறக்கணிக்கப்பட்டவர் எனத் தெளிந்தான்;

"இருவே றுலகத் தியற்கை திருவேறு

தெள்ளிய ராதலும் வேறு'

என்னும் பொருளுரையை நினைந்து பொருமினான்; அருந்தமிழறிந்த புலவரது மேனி தோய்ந்ததால் வீரமணிமஞ்சம் புனிதமுற்றதெனக் கருதி மனமகிழ்ந்தான்; அயர்ந்த உறக்கத்தில் ஆழ்ந்திருந்த பாவலர்க்குப் பணிசெய்யக் கருதி மஞ்சத்தின் அருகே தூங்கிய பெருங் கவரியைத் தன் வலக்கையால் எடுத்து வீசி நின்றான்; செங்கோ லும் வெம்படையும் பற்றிப் பழகிய கையினால் சேரமான் பணியாளர்க் குரிய கவரியைப் பற்றிக் குழைத்துக் கவிஞர்க்குப் பணிசெய்வானாயினான்.

சிறிதுநேரத்தில் கீரனார் தளர்வு தீர்ந்து கண் விழித்தார்; மெல்லிய மஞ்சத்தில் தாம் படுத்திருத்தலையும், காவலன் அதனருகே நின்று கவரி வீசுதலையுங் கண்டு உளம் பதைத்துப் பரக்க விழித்தார்; தாம் கண்ட காட்சி கனவோ நனவோ என ஐயுற்று மனங் குழம்பினார். கீரனது மனநிலை அறிந்த சேரன், அவ்வறிஞரைப் பற்றிநின்ற ஐயத்தையும் அச்சத்தையும் ஒருங்கே அகற்றக் கருதி அன்பளாவிய இன்பமொழி இயம்பினான். அம்மொழி கேட்ட கீரனார் திடுக்கிட் டெழுந்து மன்னர்க்குச் செய்த பெரும்பிழையை நினைந்து மனம் பதைத்தார். மெய்முழுதும் நடுங்க, கண்கள் அச்சத்தால் இடுங்க, மஞ்சத்தினின்றும் இறங்க முயன்றார். இங்ஙனம் பாவலர் மனமும் மெய்யும் வருந்தக்கண்ட சேரமான், அன்பொடு அமர்ந்து நோக்கி மென்மொழி பேசி அவர் மனத்திலிருந்த அச்சத்தை மாற்றினான். புலவரும் ஒருவாறு மனந்தேறி நடுக்கம் தீர்ந்து மன்னவன் பெருமையை மனமாரப் புகழலுற்றார். செஞ்சொல் இன்பமே சிறந்த இன்ப மெனக் கருதிய சேரமான் செவிகுளிர, "அரசே! மெல்லிய பூம்பட்டு விரித்த வீரமஞ்சத்தில் எளியேன் அறியாது ஏறித் துயின்றேன். அப்பிழை செய்த என்னை நீ இலங்கு வாளால் பிளந்து எறிதல் தகும். எனினும், தமிழறிந்தவன் என்னும் தன்மையால் என்னை விடுத்தாய்! இதுவொன்றே தமிழன்னைபால் நீ கொண்டுள்ள அன்பிற்குச் சாலும். ஆயினும் அவ்வளவிலமையாது படைக்கலம் எடுத்து வீசும்

நின் தடக்கையினால் கடையேற்குக் கவரி வீசவும் இசைந்தனையே! நின் பெருமையை ஏழையேன் என்னென்று உரைப்பேன்" என்று புகழ்ந்து அவனடிகளில் வீழ்ந்து வணங்கினார்.

வாளா தமிழ்ச் சொல்லின் சுவையறிந்த சேரமான், அடிபணிந்த புலவரை ஆர்வமுற எடுத்தணைத்து, பல்லாண்டு அவர் பசிநோய் அகற் றப் போதிய பரிசளித்து விடைகொடுத்தனுப்பினான்.

3. புகலிப்பிள்ளையும் மிதிலைப்பொன்னும்

ஐம்புலன்களையும் அடக்கி ஆற்றும் அருந்தவத்தின் வலிமையால் இம்மையில் செயற்கருஞ் செயல்களைச் செய்தலும், மறுமையில் எய்துதற்கரிய இன்பநிலை எய்துதலும் இயலும் என்னும் உண்மை யைப் பல்லாயிரம் ஆண்டுகளுக்கு முன்னமே மன்னுயிர்க் குணர்த் திய நாடு தமிழ்நாடாகும். இத்தகைய தமிழகத்தை அணிசெய்த திருத் தொண்டர் செம்மையை விளக்கியருளிய செந்தமிழ்ச் சேக்கிழார், தமிழ்நாட்டின் தவப்பயனாய்த் தோன்றிய திருஞானசம்பந்தர் வடி வத்தை நயமுற எழுதி அமைத்துள்ளார். வேதநெறி தழைத் தோங்கவும், சைவநெறி செழித்து விளங்கவும், சீர்காழிப்பதியிலே தோன்றி இளமையிலேயே கலைஞானமும் மெய்ஞ்ஞானமும் பெற்று நல்லியற் கவிஞராய ஞானசம்பந்தர் பாண்டிநாட்டமைச்சர் வேண்டுகோளுக்கிணங்கி மதுரை மாநகரை அடைந்தார். அரனடியார்க்குரிய திருமடத்தில் அமர்ந்திருந்த சிவஞானச் செல்வரை அரண்மனைக்கு அழைத்துச் செல்லக் கருதி வந்தடைந்த அமைச்சராய குலச்சிறை யாரும் பாண்டிமா தேவியாய மங்கையர்க்கரசியாரும்

"ஞானத்தின் திருவுருவை நான்மறையின் தனித்துணையை
வானத்தின் மீசையன்றி மண்ணில்வளர் மதிக்கொழந்தைத்
தேனக்க மலர்க்கொன்றைச் செஞ்சடையார் சீர்தொடுக்கும்
கானத்தின் எழுபிறப்பைக் கண்களிப்பக் கண்டார்கள்"

என்று சேக்கிழார் அருளிப்போந்தார். திருஞானசம்பந்தரைக் காணச் சென்ற மெய்யன்பரிருவரும் சிவனடியார் திருமடத்தில் பாலறாவாயராய் பாலரைக் கண்டாரல்லர்; தூயவெண்ணீறு துதைந்த மேனியராய்ச் சூழந்துநின்ற அரனடியார்க்கு உறுதுணை யாயமைந்த பிள்ளையைக் கண்டாரல்லர்; மழலைமொழி பேசும் மைந்தரைக் கண்டாரல்லர். அத்திருமடத்தில் ஞானத்தின் திருவுருவைக்

கண்டார் கள்; நான்மறையின் நற்றுணையைக் கண்டார்கள்; மண்ணுலகில் மிளிரும் மதிக்கொழுந்தைக் கண்டார்கள்; பண்ணார்ந்த இசை யின் இன்சுவையைக் கண்டார்கள் என்று சேக்கிழார் எழுதியமைத்த செழுந்தமிழ்ச் சித்திரம் எண்ணுந்தொறும் இன்பம் பயப்பதாகும்.

கன்னிநாடு கட்டழிந்து நின்ற நிலையினைக் கண்டு மனந்தளர்ந்த மெய்யன்பர் கண்ணெதிரே ஒரு மெய்ஞ்ஞான வடிவம் மிளிர்வதா யிற்று; அஞ்ஞான இருளகற்றி மெய்ஞ்ஞான ஒளிவிரிக்கும் அருஞ் சுடரை அத்திருமடத்திற் கண்டார்கள்; ஒளி மழுங்கியிருந்த வேத விழுப்பொருளை மீண்டும் இம்மண்ணுலகில் விளக்கவந்த அவிரொளியைக் கண்டார்கள்; இன்னும் கண்டோர் மனத்தைக் கவர்ந்து குளிர்விக்கும் முற்றிய கலையிற்றாய முழுமதியைக் கண்டார்கள்; ஏழிசையாய் இசைப்பயனாய் இலங்கும் இறைவன் பெருமையை விழு மிய மொழிகளால் இசைக்கும் செஞ்சொல் இசைநலத்தைக் கண்டார் கள், என்று சேக்கிழார் அருளிய பாட்டின் சுவை அறிந்து இன்புறத் தக்கதாகும்.

இவ்வண்ணமே கல்வியிற் பெரிய கம்பரும், இலங்கை மாநகரில் சிறையிருந்த சீதையின் செம்மையை அனுமன் வாயிலாக அறிவிக்கின்றார்.

"விற்பெருந் தடந்தோள் வீர வீங்குநீர் இலங்கை வெற்பில்
நற்பெருந் தவத்த ளாய நங்கையைக் கண்டே னல்லேன்
இற்பிறப் பென்ப தொன்றும் இரும்பொறை என்ப தொன்றும்
கற்பெனும் பெயர தொன்றும் களிநடம் புரியக் கண்டேன்"

என்று சொல்லின் செல்வனாய அனுமன் இலங்கையில் தான் கண்ட காட்சியை எடுத்துரைக்கின்றான். காதலியைப் பிரிந்து கவலையுற் றிருந்த வெஞ்சிலை வீரனை நோக்கி, "அண்ணலே! கருங்கடல் சூழ்ந்த இலங்கை என்னும் பெருநகரின் ஒருசார் நின்ற நெடுஞ்சோலையில், நற்பெருந் தவம்புரிந்த நங்கையைக் கண்டேனல்லேன்! செந்தேன் துளிக்கும் அச்செழும் பொழிலில் குலநலம் குன்றாது

இலங்கக் கண் டேன்; பொறுமை என்னும் பெருமை பிறங்கக் கண்டேன்; கற்பெனும் திண்மை களித்து நடம்புரியக் கண்டேன்" என்று அனுமன் கூறும் முறை அழகுவாய்ந்ததாகும்.

அரக்கர்கோன் தலைநகரில் இராமன் தேவியை நாடிச்சென்ற அனுமன், சிறையிருந்து நோற்ற சீதையை அசோகவனத்திற் கண்ட பொழுது பெருவியப்புற்று, அம்மங்கையின் செம்மையால் மும்மை சால் உலகத்தும் பெண்மையே பெருமையுற்றதென்று உணர்ந்து ஆடிப்பாடி அகங் களிப்பானாயினான். பிறந்த குலப்பெருமையையும், புகுந்தகுலப் பெருமையையும் விளக்கிக் கற்பினுக் கணியாக இலங் கிய அந்நங்கையின் சீர்மையை நாயகன் காணும்பேறு பெற்றிலனே யென்று பெரிதும் வருந்தினான். அக் கண் கொள்ளாக் காட்சியை ஐயனுள்ளங்கொள்ள எடுத்துரைக்க ஆசையுற்றான். எப்பொருளையும் துருவியறிந்து மெய்ப்பொருள் காணும் மதிநலமும் நயம்பட உரைக்கும் நாநலமும் வாய்ந்த அனுமன், நாயகனை மீண்டும் காணும்பேறு பெற்றபொழுது அவனடி தொழுது எழுந்து அடங்கி நின்று, சிறையிருந்த சீதையின் செம்மையை எழுதிக் காட்டலுற்றான். மாசடைந்த மேனியோடும், மாற்றாத ஆடையோடும், கங்குலும் பகலும் கண்ணிமையாது, கணவனையே கருத்திலமைத்து,நாற்றிசையும் நோக்கி நெடுங்கண்ணீர் உகுத்த நங்கையின் வடிவினைக் காணாது மிதிலையர்கோன் குலநலம் ஆண்டு குன்றாது இலங்கக் கண்டதாகவும், இரக்கமற்ற அரக்கர் செய்த மிகையினைத் தன் பெருந் தகையினால் வென்ற இரும்பொறை ஆங்கு இலங்கக் கண்டதாகவும், புலவர் நாவிற் பொருந்திய கற்பெனும் திண்மை களிப்புற்று நடம்புரியக் கண்ட தாகவும் அனுமன் எழுதியமைத்த உயிர் ஓவியம் கவிச்சுவை யறி வார்க்குக் கனிந்த இன்பம் பயப்பதாகும்.

4. கலிங்கப் போர்

முன்னொரு காலத்தில் சோழநாட்டை விசயதரன் என்னும் வளவன் ஆண்டுவந்தான். அவன் மாற்றரசரை வென்று புகழ் பெற்று அறநெறி திறம்பாது அரசுபுரிந்தான். இங்ஙனம் மன்னர் மன்னனாய் வீற்றிருந்த வளவர்கோமான் பெருமையை,

"பரிசில் சுமந்தனர் கவிஞர் பகடு சுமந்தன திறைகள் அரசர் சுமந்தனர் கழல்கள் அவனி சுமந்தன புயமும்"

என்று தமிழ்க் கவிஞர் பாராட்டுவாராயினர். போரொடுங்கிய பொன்னி நாட்டில் ஆடவர் கலையினொடும் இசையினொடும் பழகிக் காலங் கழித்தனர். பசியும் பிணியும் பகையும் நீங்கி, வசியும் வளமும் சுரந்த வளநாட்டை ஆண்ட விசயதரனை வில்லவரும் பல்லவரும், கங்கரும் காடவரும், மச்சரும் மாளுவரும், மற்றைய குறுநில மன்னரும் கண்டு வணங்கித் திறையளித்தார்கள்; ஆரம் முதலிய அணிகலன்களையும்,ஆனை முதலிய அரும் பொருள்களையும் அடியுறையாக வைத்து வளவனை வாயாரப் புகழ்ந்தார்கள்.

திறையளித்தற்குரிய குறுநில மன்னருள் வடகலிங்கத் தரசன் ஒருவனே வாராதொழிந்தானென்று அமைச்சர் வாயிலாக அறிந்த வளவன் பெருஞ் சீற்றமுற்றான். மலரனைய மன்னன்முகம் மாறு படக்கண்ட சிற்றரசர் நிலைகுலைந்து நடுங்கினார். அந்நிலையில் குறிப்பிற் குறிப்புணரும் கருணாகரன் என்னும் தானைத் தலைவன், மன்னன் அடிபணிந்து படை திரட்டத் தலைப்பட்டான். மன்றத்தே தூங்கிய போர் முரசின் ஒலிகேட்ட போது பொன்னிநாட்டு வீரரது பெருந் தோள் பொங்கி எழுந்தது. காற்றெறி கடல்போல் கடும்படை விரைந்து சேர்ந்தது. போர்புரியத் தினவுற்ற தோளினராய நாற் படை வீரரோடும் கருணாகரன்

கலிங்கத்தை நோக்கி நடந்தான். படைவீரர் கண்களிலமைந்த கனலொளியும், அவர் மேனியிலமைந்த கலனொளியும், படைக்கலங்களின் படரொளியும் கலந்து எம்மருங்கும் இருளை நீக்கி ஒளி விரித்தன. மலையென உயர்ந்த மதகரிப்படையும், காற்றினும் கடிய கலினமாப்படையும், காரெனத் திரண்ட கடுந்தேர்ப்படையும், கடலெனப் பரந்த காலாட்படையும் கண்டோர் வளவனது சேனையின் பரப்பையும் சிறப்பையும் பாராட்டு வாராயினர்.

"பார்சி றுத்தலிற் படைபெ ருத்தவோ படைபெருத்தலிற் பார்சி றுத்ததோ"

என்று பார்த்துநின்ற மக்கள் பலபல பேசி வியப்புற்றார். சேனை நடந்துசென்ற நெறியில் எழுந்த பெருந்துகள் மேலெழுந்து பரந்து செம்படலமெனப் போர்த்தது. இவ்வாறு சென்ற வளவன் சேனை பல நாடும் நதியும் கடந்து கலிங்கநாட்டை நண்ணியது. மடை திறந்த கடலென மண்டிய படையினைக் கண்ட கலிங்க மன்னன் மனங் கலங்காது பெரும்படையோடு போர்புரிய எழுந்தான். கலிங்கக் களத்தில் இருபெருஞ் சேனையும் நெடும்பொழுது வெம்போர் விளைத்தன.

அமர்க்களத்தில் படைக்கலங்களை 'எடும் எடும் எடும்' எனும் ஓசையும், அவற்றை 'விடும் விடும் விடும்' எனும் ஓசையும் எங்கும் நிறைந்து கடலொலியை வென்றன. மலையும் மலையும் மலைந்தாற் போன்று மதயானைகள் மலைந்தன. காரும் காரும் பொருதாற்போன்று தேரும் தேரும் பொருதன. புலியும் புலியும் எதிர்த்தாற்போன்று வீரரை வீரர் எதிர்த்தனர். அரியும் அரியும் அடர்த்தாற்போன்று தலைவரும் தலைவரும் அடர்த்தனர். படைவீரர் கண்களிலமைந்த கனலொளி மின்னொளியை வென்றது. வில்லாளரது வெஞ்சிலையினின் றெழுந்த கணைகள் மஞ்சினின் றெழுந்த மழைத்தாரை போன்றன. அம்புமாரியால் எழுந்த செந்நீர் வெள்ளம் ஆறாகப் பெருகி ஓடிற்று. குருதியாறுகளில் அரசரது குடைகள்

நுரைபோல் மிதந்தன. வெட் டுண்டு விழுந்த வேழங்களின் உடல்கள் குருதியாற்றினிருபாலும் ஒதுங்கிக் கரை செய்தன.

**"விளைகனல் விழிகளின் முளைக்கவே
மீனலொளி கனலிடை பிறக்கவே
வளைசிலை உருமென இடிக்கவே
வடிகணை நெடுமழை சிறக்கவே"**

**"குருதியி னதிவெளி பரக்கவே
குடையினம் நுரையென மிதக்கவே
கரிதுணி படுமுட லடுக்கியே
கரையென இருபுடை கிடக்கவே"**

என்று பரணிக் கவிஞர் வெங்களத்தின் தன்மையை விரித்துரைத் தார்.

கலிங்கநாட்டு வீரர் பலர் கடுங்காற்றில் அகப்பட்ட மரங்கள் போல் அமர்க்களத்தில் அறையுண்டு வீழ்ந்தனர். அவருடம்பி னின்று பொங்கிப் பாய்ந்த குருதிவெள்ளம் ஆறாக ஓடிச் செழுநிலத் தச் சேறாக்கியது. கலிங்கக் கரிகளும் பரிகளும் விலங்குகளுக்கு இரையாயமைந்தன. பார்மீது கிடந்த படைவீரர் உடல்கள் பருந் துக்கு விருந்தாயின.

**"விருந்தினரு வறியவரும் நெருங்கி யண்ம
மேன்மேலு முகமலரு மேலோர் போலப்
பருந்தினமும் கழகினமும் தாமேயுண்ணப்
பதுமமுக மலர்ந்தாரைப் பார்மின் பார்மீன்"**

என்னும் பரணிப்பாட்டு அவர் கோலத்தை எழுதிக் காட்டுவதாகும். குருதிதோய்ந்த செம்முகங்களோடு கலிங்கவீரர் பருந்தையும் கழு கையும் விருந்துக் கழைத்துத் தம்முடலையே உண்ணக் கொடுக்கின் றாரென்று கவிஞர் அன்னார் வீரத்தியாகத்தை வியந்துரைப்பாராயினார்.

போர்க்களம் போந்து பிணக்குவியல்களினிடையே நடந்து தம்முயிரனைய கணவரது உடலம் கண்ட மங்கையர் அலறும் காட்சி யையும், காணாத மாதர் அலமரும் கோலத்தையும் எழுதிக்காட்டும் பரணிக் கவிகள் அவலச்சுவை வாய்ந்தனவாம்.

"வாய்மடித்துக் கிடந்ததலை மகனை நோக்கி
மணியதரத் தேதேனும் வடுவுண் டாயோ நீமடித்துக்
கிடந்ததெனப் புலவி கூர்ந்து
நின்றவி சோர்வாளைக் காண்மீன் காண்மீன்"

போர்க்களத்தில் வாய்மடித்து வெகுண்டு எழுந்த நிலையில் மாற்றார் படைக்கலத்தால் அடியுண்டு மடிந்து கிடந்த தன் மணாளனைக் கண்ட ஒரு மங்கை, அவன் திருமுகத்தைக் கண்ணீராற் கழுவி, "என் ஐயனே! நீ வாய்மடித்துக் கிடக்கும் வகையென்னே! உன் வாய் இதழில் ஏதேனும் வடுவுண்டாயோ" என்று வினவுகின்றாள். மற்றொரு மங்கை நெடும்பொழுது போர்க்களம் முழுதும் அலைந்து தேடியும் தன் கணவன் உடலைக் காணாது மனம் வெதும்பி, அவன் மனையினின்றும் போந்தபோது அணிந்திருந்த போர்க்கோலத்தை நினைந்து புலம்பலுற்றாள்.

"பொருதடக்கை வாளெங்கே மணிமார் பெங்கே
போர்மகத்தில் எவர்வரினும் புறங்கொ டாத
பருவயிரத் தோளெங்கே எங்கேயென்று
பயிரவியைக் கேட்பாளைக் காண்மின்காண்மின்"

போர்புரியச் சென்ற தன் காதலனது வலிமைசான்ற கையை நினைந் தாள்; அக்கையிலமைந்த கொடுவாளை நினைந்தாள்; வீரம்செறிந்த அவன் மார்பை நினைந்தாள்; விலங்கல் ஒத்த பெருந் தோளை நினைந் தாள்; அவற்றை மீண்டும் காணப்பெறாமையால், அவை எங்கே எங்கேயென்று குறையிரந்து கொற்றவையை வினவுகின்றாள்.

கலிங்கப்போரில் வாகைமாலை சூடிய கருணாகரன் வெற்றி வீரருடன் மீண்டுவந்து கொற்றவனாய வளவனைக் கண்டு அடி தொழுதான்.

"கடற்கலிங்கம் எறிந்துசயத் தம்பம் நாட்டிக்
கடகரியும் வயமாவும் தனமும் கொண்டு சுடர்கதிர்வாள்
அபயனடி அருளினோடும்
சூடினான் வண்டையர்கோன் தொண்டை மானே"

என்று தானைத்தலைவனது தாளாண்மையைப் பரணிக்கவிஞர் புகழ்ந்து போற்றினார். வீரம் விளைத்து விழுப்புண்பட்ட வீரரை வளவன் அகனமர்ந்து நோக்கி அன்புரை வழங்கி விடைகொடுத்து அனுப்பினான்.

மன்னவன் பணிதலைக்கொண்ட இன்னுயிர்க் காதலர் வெற்றி மாலை புனைந்து வருவார் என்று மனந்தழைத்து வழிமேல் விழி வைத்துக் காத்திருந்த மங்கையர் முகமலர்ந்து தம் கணவரை வரவேற்று மகிழ்ந்து அமர்க்களத்தில் நிகழ்ந்த அரும்பெருஞ் செயல்களை அறிய ஆவலுற்றார்கள். அவர் மனத்திலமைந்த ஆர்வத்தை அறிந்த வீரர் கண்டவர்க்கன்றிக் கேட்டார்க்கு உரைப்பருந்தன்மையில் நிகழ்ந்த கலிங்கப் பெரும்போரை அவர் உள்ளங்கொள்ள எடுத்துரைத்தார்.

இவ்வாறு கலிங்கநாட்டுக் கரியையும், பரியையும், காலாட்படையையும் கொன்று, காளிக்கும் கூளிக்கும் வயிறார விருந்தளித்த வளவர்கோமானை அவை மனமகிழ்ந்து கூத்தாடி வாழ்த்தின.

"பொன்னித் துறைவனை வாழ்த்தினவே
பொருனைக் கணவனை வாழ்த்தினவே
கன்னிக் கொழுநனை வாழ்த்தினவே
கங்கை மணாளனை வாழ்த்தினவே"

கலிங்கநாட்டை வென்று பெரும்புகழ்பெற்ற காவிரி நாட்டரசன் பாட்டுடைத்தலைவனாய் அமைந்து தமிழ்நாட்டில் நீடுவாழ்கின்றான்.

5. நச்சுக்கண் நாகம்

பாரதநாட்டில் பலவகைப்பட்ட நாகங்கள் வாழ்ந்து வருகின்றன. முற்காலத்தில் நாகத்தைப் போற்றி வழிபட்ட மாந்தரும் உண்டு. சைவம் வைணவம் என்னும் இருசமய வழிபாட்டிலும் நாகம் இடம் பெற்றிருத்தலைக் காணலாம். செம்பொருளாய சிவபெருமான் நாகத்தை நல்லணியாகக் கொண்டு விளங்குதலால் பன்னகாபரணன் என்னும் பெயர் பெற்றான். ஆயிரம் தலையுடைய நாகத்தைத் திருமால் பாயலாகக் கொண்டு பாலாழியிற் பள்ளிகொண்ட பான்மையால் பன்னக சயனன் என்னும் பெயர் பெற்றான்.

நாகத்தின் நஞ்சு பெரும்பாலும் அதன் பற்களிலேயே அடங்கி நிற்குமென்பர். நச்சுப் பற்களால் நாகம் தீண்டும்பொழுது அவற்றிலுள் ள நஞ்சு குருதியிற் கலந்து உயிரணுக்களைக் கொன்றுவிடுகின் றது. இத்தகைய நஞ்சை எயிற்றிலுடைய நாகத்தை 'அழல்வாய் நாகம்' என்று பழந்தமிழ் நூல்கள் குறிக்கக் காணலாம். முற்காலத் தில் சோழநாட்டின் தலைநகராய் விளங்கிய பூம்புகார் நகுரத்தில் அமைந்திருந்த ஐம்பெரு மன்றங்களுள், நாகத்தின் நஞ்சினைப் போக்கும் மன்றமும் ஒன்றாக விளங்கிற்றென்று சிலப்பதிகாரம் கூறுகின்றது.

"அழல்வாய் நர்கத் தாரெயி றழுந்தினர்
சுழலவந்து தொழத் துயர் நீங்கும்
நிழல்கால் நெடுங்கல் நின்ற மன்றம்"

என்று இளங்கோவடிகள் அம்மன்றத்தின் மாண்பினை எடுத்துரைத்தார். நாகத்தின் நஞ்சினால் நலிவுற்றோர், முறையாக வலம்வந்து தொழுதமைந்தநிலையில் துயர் நீங்கி இன்புறுதற்குச் சாதனமாய் நெடுங்கல் மன்றம் புகார் நகரத்தில் நின்றதென்பது இதனால் நன்கு விளங்கும்.

இங்ஙனம் தொன்றுதொட்டு இந்நாட்டில் வாழ்ந்துவரும் நாகங்களுள் நச்சுக்கண் நாகமும் ஒன்றாகும். ஏனைய நாகங்களைப்போல் நஞ்சினை எயிற்றிலடக்காது கண்ணிலடக்கிய காரணத்தால் அந்நாகம் திட்டிவிடம் என்னும் பெயர் பெறுவதாயிற்று. அப்பாம்பின் கண் ணெதிர்ப்பட்டோர் இறந்துபடுதல் ஒருதலையென்று பழந்தமிழ் நூல் கள் கூறுகின்றன. முந்தைப் பிறப்பில் மணிமேகலையின் கணவனாயிருந்த இராகுலன் என்பவன் திட்டிவிடமென்னும் நச்சுக்கண் நாகத்தின் நோக்காலேயே உயிரிழந்தானென்று மணிமேகலைக் காவியம் கூறுகின்றது.

நச்சுக்கண் நாகம் பெரும்பாலும் பாலைவனங்களிலேயே வாழு மென்று அறிந்தோர் கூறுவர். காணும் கண்ணையும், கருதும் மனத்தையும், நவிலும் நாவையும் சுட்டெரிக்கவல்ல தாடகை வதிந்த பாலைவனத்தில், கண்ணிற் கனலமைந்த கடுநாகம் வாழ்ந்ததென்று கம்பர் கூறுமாற்றால் அந்நாகத்தின் தன்மை நன்கு விளங்கும். கற்பமைந்த மாதரை முறையின்றிக் காதலிக்கும் ஆடவர் திட்டிவிடத்தின் கண்ணெதிர்ப்படும் உயிர்களைப் போன்று எரிந்து வீழ்வரென்று தமிழ்க்கவிஞர் கற்பின் பெருமையை அணிந்துரைப்பாராயினர். கற்பினுக் கணியாய சீதையை மையலால் நோக்கிய இலங்கை மன்னன் அந்நங்கையின் கற்பழலால் அழிவுறுதல் திண்ணம் என்றுணர்ந்த கும்பகர்ணன், தவறிழைத்த தன் தமையனை நோக்கி,

“திட்டியின் விடமன்ன கற்பின் செல்வியை விட்டிலை யோஇது விதியின் வன்மையே”

என்று இரங்கிக் கூறுமாற்றால் இவ்வுண்மை இனிதறியப்படும்.

இன்னும், இணையற்ற வீரம்வாய்ந்த தன் கணவனைக் கொல்லுதற்கு எழுந்த கொடு நஞ்சாகிய சீதையின் திறமறிந்த மண்டோதரி,

"அஞ்சினேன் அஞ்சி னேனிச் சீதையென் றமிர்தாற் செய்த

நஞ்சினால் இலங்கை வேந்தன் நாளையித் தகைய னன்றே"

என்று இறந்து பட்ட இந்திர சித்தனை நோக்கியநிலையில் மேல்வரும் தீமையை நினைந்து புலம்புவதும் ஈண்டு அறியத்தக்கதாகும். அமுதம் போன்ற மிதிலை நங்கையின் நலத்தினை நச்சிய இலங்கை நாதன், அவளிடம் அமைந்த கற்பெனும் நஞ்சினால் அழிதல் ஒருதலை யென்றுணர்ந்து துணுக்குற்ற மண்டோதரி அத்திருமகளை அமிர் தாற் செய்த நஞ்சாகக் கருதினாள்.

இத்தகைய தெய்வக் கற்புவாய்ந்த தேவியைக் காதலித்து ஆவி பிழந்து மண்மீது கிடந்த தன் அண்ணனை நோக்கி,

"உண்ணாதே உயிருண்ணா தொருதஞ்சு சனகியென்னும்
பெருதஞ் சுன்னைக் கண்ணாலே நோக்கவே போக்கியதே
உயிர்நீயும் களப்பட் டாயே எண்ணுதேன் எண்ணியசொல்
இன்றினித்தான் எண்ணுதியோ எண்ணி [லாற்றால்
அண்ணாவோ அண்ணாவோ அசுரர்கள்தம் பிரளயமே அமரர்
கூற்றே"

என்று விபீஷணன் வருந்திப் புலம்புவானாயினான். ஆலகாலமனைய கொடிய நஞ்சும் உண்டாரைக் கொல்லுமேயன்றிக் கண்டாரைக் கொல்லும் தகையதன்று; திட்டிவிடம் போன்று கண்டார் உயிர் கவரும் திறம்வாய்ந்த சீதையின்பால் அமைந்த பெருநஞ்சு போக்கரிய அரக்கர் கோன் ஆவியைப் போக்கியதே என்று இலங்கை அறிஞன் வாயிலாகக் கம்பர் அருளிய கவியில், திருமகளாய சீதையை நச்சுக் கண் நாகத்திற்கு ஒப்பிட்டிருத்தல் நன்கு விளங்கும்.

தீயோரை அழிக்கும் கற்பெனும் அழல் தன்பால் அமைந் திருந்த தன்மையைச் சீதையும் இனிதறிந்திருந்தாள்.

"வரிசிலை ஒருவ னல்லால் மைந்தரென் மருங்கு வந்தார்
எரியிடை வீழ்ந்த விட்டி லல்லரோ"

என்று சீதை வெகுண்டு கூறும் மொழிகளில் நிறையமைந்த மாதர் திறம் சிறந்து இலங்குவதாகும். இங்ஙனம் முறையிகந்த ஆடவரை அழிக்கும் திறல் கற்புடைய மாதரிடம் அமைந்திருந்ததாலேயே தமிழ் நாடு கற்புநெறியைத் தெய்வநெறியாகக் கொண்டு வழிபடுவதாயிற்று. நச்சுடை வடிக் கண்மலர் நங்கையரை வழிபட்ட பெருமை பழந் தமிழ்நாட்டுக்குச் சிறப்பாக உரியதாகும். கற்பின் ஆற்றலால் மதுரை மாநகரையும் மாறனையும் எரித்தழித்த கண்ணகியென்னும் கற்பின் செல்விக்கு வஞ்சிமாநகரில் அழகிய கோட்டம் அமைத்துப் பண்டைத் தமிழ்மன்னரும் மக்களும் வணங்கிய செய்தி இதற் கொரு சான்றாகும்.

6. கனியும் காயும்

மலைவளமுடைய தமிழ் நாட்டில் முற்காலத்தில் அருந்தவம் முயன்ற முனிவர்கள் காய் கனிகளை அருந்தி வாழ்ந்தார்கள். நாவிற் கினிய நற்கனிகளும் காய்களும் தமிழ்நாட்டுத் தென்மலையில் மாண்புற நிறைந்திருந்தமையால் ஆன்றோர் பலர் அம்மலையில் வாழ்ந்து அருந்தவம் புரிவாராயினர். திருமுனிவன் வாழும் பொதியமலையில் பன்னீ ராண்டு முனிவர் ஒருவர் அருந்தவம் புரிந்தார். நெடுந்தவம் முடிந்த நிலையில் பசி நோயின் கொடுமையறிந்த முனிவர் அம்மலையிலிருந்த ஒரு நாவல் மரத்தின் நற்கனியைக் கொய்து அதனைத் தேக்கிலையிற் பொதிந்து அங்கையிலேந்தி அருகேயிருந்த ஆற்றை நோக்கிச் சென்றார். பன்னீராண்டுக்கு ஒருமுறை பழுக்கும் பெருமை வாய்ந்த அக்கனியை ஆற்றங் கரையில் வைத்துவிட்டு முனிவர் நீராடப் போந்தார். அப்பொழுது அவ்வழியாகத் தன் காதலனுடன் களித்து விளையாடி வந்த ஒரு சிறுமி அதனைக்காலால் மிதித்துச் சிதைத்தாள். அரும்பசி தீர்க்கும் பெருங்கனி சிதைந்தழியக் கண்ட தவ முனிவர் சீற்றமுற்று, பன்னீராண்டு கடும் பசியால் நலிந்துழலுமாறு பிழை செய்த பேதையைச் சபித்தார். அச்சாபத்தின் வலிமையால் அன்று முதல் வயிறு காய்ந்து வருந்திய மங்கை, பன்னீராண்டு அருந்துயருழந்த பின்பு அமுதசுரபியினின்று மணிமேகலை வழங்கிய அன்னத்தை உண்டு பசி தீர்ந்தாளென்று பழஞ்சரிதை கூறுகின்றது. இத்தகைய நாவற்கனிபோன்று, கடும்பசியைக் கொல்லும் கருநெல்லிக் கனியும் முற்காலத்தில் தமிழ் நாட்டு மலைகளில் இருந்ததாகத் தெரிகின்றது.

பழந்தமிழகத்தில் வறுமையின் பகைஞராய் வள்ளல்கள் பலரிருந்தார்கள். அவர்களுள் குதிரைமலைக் கோமானாகிய அதிகமானும் ஒருவன். வறுமையுற்று வருந்திய மக்கள்

பலநாட் செல்லினும் பலருடன் செல்லினும், அவரை இனிய முகத்தோடு ஏற்றுப் போற் றிய அவ்வள்ளலின் பெருமையை,

**"ஒருநாட் செல்லலம் இருநாட் செல்லலம்
பலநாட் பயின்று பலரொடு செல்லினும்
தலைநாட் போன்ற விருப்பினன் மாதோ"**

என்று ஒரு கவிஞர் பாடி மகிழ்ந்தார். இத்தகைய ஆண்மையும் வண்மையும் வாய்ந்த அதிகமான் அமுதம் சுரக்கும் நெல்லிக் கனியின் வரலாற்றைக் கேள்வியுற்று அதனை அருந்தி நீடு வாழ ஆர்வமுற்றான். மந்தியுமறியா மரங்கள் செறிந்த தென்மலையில், நெல்லியின் பளிங்கரும் அணுகுதற்கரிய விடரொன்றில் நின்ற கரு நெல்லியின் பெருமையை அறிந்த காவலன் பல்லாண்டுகளாகப் பெரிதும் முயன்று, விடரை நண்ணுதற்குத் தடமமைத்து, மருந்து தூவி மலை வண்டுகளை விலக்கி, மஞ்சினில் மறைந்திருந்த செழுங்கனியைக் காவலாளர் மூலமாகப் பெற்றான்.

பல்லாண்டுகளுக்கு ஒரு முறை பழுக்கும் பான்மை வாய்ந்த அந்நெல்லிக்கனியின் வண்ணத்தை வள்ளல் அங்கையில் வைத்து நோக்கி அகமகிழ்ந்திருக்கையில், சொல்லின் செல்வியாய ஔவையார் செந்தமிழ்க் கவிபாடி அவன் முன்னே சென்றார். அப்பாட்டின் சுவையைச் செவிவாயாகப் பருகிய அதிகமான் மதுவுண்டவன் போல் மகிழ்வுற்றான். அதிமதுரக் கவிபாடிய ஔவையார்க்கு அமுதம் பொழியும் நெல்லிக்கனியே ஏற்ற பரிசென்றெண்ணி அங்கையில் இருந்த கனியை அவரிடம் அகமலர்ந் தளித்தான். அந்நெல்லிக் கனியினை ஔவையார் அருந்தியபொழுது அதன் அருந் தீஞ்சுவையினை அறிந்து திகைப்புற்றார். அந்நிலையில் அதிகமான் அந்நெல்லிக்கனியின் அருமை பெருமைகளை எடுத்துரைத்துச் செழுந்தமிழ்க் கவி பொழியும் செந்நாப்புலவர்க்கு அமுதம் சுரக்கும் அருங்கனியே அமைந்த உணவாகும் என்று மன மகிழ்ந்துரைத்தான். பலநாள் முயன்று வருந்திப் பெற்ற அருங்கனியைத் தானருந்தி இன்புறக் கருதாது பாடிவந்த வறிஞர்க்கு அதனைப் பரிசாக அளித்த

வள்ளலின் அருங்குணத்தை ஔவையார் வாயாரப் புகழ்ந்து வாழ்த்தினார்.

"போரடு திருவிற் பொலந்தார் அஞ்சி
பால்புரை பிறைநுதற் பொலிந்த சென்னி
நீல மணிமிடற் றொருவன் போல
மன்னுக பெரும நீயே தொன்னிலைப்
பெருமலை விடரகத் தருமிசைக் கொண்ட
சிறியிலை நெல்லித் தீங்கனி குறியாது
ஆதல் நின்னகத் தடக்கிச்
சாதல் நீங்க எமக்கீத் தனையே"

என்று கனியுண்ட ஔவையார் பாடி அருளினார். 'பொன்னொளி மாலையணிந்த வள்ளலே! அணுகுதற்கரிய மலை விடரில் அமைந்த இனிய கனியின் அருமையும் கருதாது, பெரும்பயனையும் குறியாது அக்கனியை என்னிடம் உவந்தளித்தனையே! உன் பெருமையை ஏழையேன் எவ்வாறு புகழ்வேன்? பாலாழியில் எழுந்த அமுதினைப் பிறர்க் களித்து நஞ்சுண்டு கண்டம் கறுத்த செஞ்சடை வானவன்போல் நீயும் என்றென்றும் இவ்வுலகில் வாழ்வாயாக' என்று நிறைந்த மொழிகளால் ஔவையார் அருளிய வாழ்த்துரையில் கருநெல்லிக்கனியின் வரலாறும், அதனை அன்புடன் அளித்த அதிகமானது வள்ளன் மையும் ஒருங்கே விளங்கக் காணலாம்.

ஒருவன் உண்ணும் பொருளைப் பசித்த உயிர்களுக்குப் பகுத்துக் கொடுத்தலே அறங்களுள் எல்லாம் தலையாகிய அறமென்று தமிழ் மறை கூறுகின்றது.

"பகுத்துண்டு பல்லுயிர் ஓம்புதல் நூலோர்
தொகுத்தவற்று ளெல்லாந் தலை"

என்பது வள்ளுவர் வாய் மொழியாகும். இங்ஙனம் பகுத்துண்டு பழகிய நல்லோனை எந்நாளும் பசிப்பிணி நலிவதில்லையென்று நாயனார் கட்டுரைத்தார். இன்னும் பசித்தோரைப் பார்க்கவைத்து உணவருந் தல் ஆகாதென்றும், அருந்தும் பொருள் வான் அமிர்தமே யெனினும் விருந்தினரை

விலக்கித் தனித்துண்ணல் தீதாகுமென்றும் தமிழ்மறை அறுதியிட்டுரைக்கின்றது. இவ்வாறு அறநூலோர் விதித்ததற்கும் மேலாகத் தன்னலம் மறுத்துப் பிறர் நலம் பேணும் பெருந்தகைமை சாலச் சிறந்ததென்பது சொல்லாமலே விளங்கும். தான் அருந்திப் பயன்பெறுமாறு வருந்திப் பெற்ற அருங்கனியை ஔவையாருடன் பகுத்துண்ணவும் எண்ணாது, முழுக்கனியையும் அக்கவிஞர்க்கு ஈந்து மகிழ்ந்த வள்ளலின் பெருமை உலகமுள்ளளவும் அழியாத தன்றோ இப் பண்பினைக் கண்டு வியந்த மற்றொரு புலவர்,

“கமழ்பூஞ் சாரற் கவினிய நெல்லி
அமிழ்துவிளை தீங்கனி ஔவைக் கீந்த
உரவுச் சினங்கனலும் ஒளிதிகழ் நெடுவேல்
அரவக் கடற்றனை அதிகன்”

என்று புகழ்ந்துரைத்தார்.

இத்தகைய அமிழ்தூறும் அருங்கனிகள் தமிழகத்தில் முற்காலத்தில் இருந்தமையாலேயே, 'கனியிருப்பக் காய்கவர்தல் ஆகாது' என்று கற்றறிந்தோர் கருதுவாராயினர். கனி என்னும் சொல் பொதுவாகப் பழங்களை எல்லாம் உணர்த்துமாயினும் சிறப்பு வகையில் அமிழ்தம் பொழியும் அருங்கனிகளையே குறிக்குமென்பது ஆன்றோர் கருத்து.

"இனிய வுளவாக இன்னாத கூறல்
கனியிருப்பக் காய்கவர்ந் தற்று"

என்னும் திருக்குறளில் அமைந்த 'கனி'யென்னும் சொல், ஔவை யுண்ட நெல்லிக்கனிபோல அமிழ்தான கனிகளைக் குறிக்குமென்றும், 'காய்' என்பது காஞ்சிரங் காய்போல நஞ்சான காய்களைக் குறிக்கு மென்றும் பரிமேலழகர் விளக்கியருளினார். இன்னும் பெரு நெறியினின்று விலகி இறைவனைப் போற்றாது ஆற்ற நாள் போக்கிய புன்மையை நினைந்து வருந்திய திருநாவுக்கரசர்,

"கொய்யுலா மலர்ச்சோலைக் குயில்கூவ மயிலாலும் ஆநராரைக் கையினால் தொழாதொழிந்து கனியிருப்பக் காய்கவர்ந்த கள்வனேனே"

என்று அருளிய தேவாரத்திருப்பாட்டிலும் 'கனி' என்னுஞ் சொல் அழியாப் பெருவாழ்வளிக்கும் அமுதக்கனியையே குறிப்பதாகும். இத்தகைய கனியினைப் பெற்றும் அதனைத் தானருந்தி நீடு வாழ விரும்பாது தக்கார்க்கீந்து இன்பமுற்ற வள்ளலை ஈன்ற தமிழ் நாடு அறநெறியில் தலை சிறந்ததென்பதில் ஐயமுண்டோ?

7. திருவாசகம் என்னுந் தேன்

இயற்கையோ டியைந்த இன்பம் நுகர்ந்து, இயற்கை வடிவாய இறைவனது பெருநலம் துய்த்த ஆன்றோர், தாம் பெற்ற இன்பம் உலகெலாம் பெற வேண்டும் எனக்கருதும் உயரிய அருளாளராய் விளங்குவர். கருங்கல்லைப் பிசைந்து கனியாக்கும் இறைவனது பெருங் கருணைத் திறத்தினை இயற்கையோடு ஒன்றி வாழும் சிற்றுயிர்களும் அறிந்து உய்யுமாறு அவற்றை அன்புடன் அழைத்து இறைவன்பால் உய்க்கும் ஆன்றோர்முறை அறியத்தக்கதாகும். நறுமணங் கமழும் நாண் மலர்களில் அமர்ந்து தேனுண்டு இசைபாடும் வண்டை நோக்கி மகிழ்வுற்ற மணிவாசகப் பெருமான் அளவிறந்த கருணையால் அதனை அழைத்து,

"தினைத்தனை யுள்ளதோர் பூவினில்தேன் உண்ணாதே
நினைத்தொறும் காண்தொறும் பேசுந்தொறும் எப்பொழுதும்
அனைத்தெலும் புள்நேக ஆனந்தத் தேன்சொரியும் குனிப்புடை
யானுக்கே சென்றூதாய் கோத்தும்பீ"

என்று வேண்டுகின்றார். கொம்பார்சோலைத் தும்பியை நோக்கி, 'தினை யளவு தேனளிக்கும் சிறுபூக்களில் ஆடித்திளைக்கும் அரச வண்டே! மலர்களில் அமைந்த நறுந்தேன் நாவிற்குமட்டுமே இனியதாகும்.

இன்ப வடிவினனாய ஈசன் பாலமைந்த ஆனந்தத்தேன், கருதும் மனத்திற்கு இனியதாகும்; காணும் கண்ணிற்கு இனியதாகும்; நவிலும் நாவிற்கு இனியதாகும். அவ்வின்பத்தேனை இறைவன் அள்ளிச் சொரிகின்றான். இவ்வாறு எங்கும் பொங்கித் ததும்பும் ஈசனது பேரானந்தத் தேனை நாடாது, துளித்தேன் அளிக்கும் மலர்களிற் சுழன்று திரிதல் ஏழைமைப்பால தன்றோ? ஆதலால் எங்கும் ஓடி இடருறும் கோத்தும்பி ! இனி இறைவனது நறுந்தேனுண்டு

அவன் புகழையே பாடுவாய்' என்று மணிவாசகர் பணிக்கின்றார்.

இன்னும், அடியார்க்கெளியனாய், ஏழைபங்காளனாய், உள்ளுவார் உள்ளத்துள் ஊறும் தெள்ளமுதாய் இலங்கும் இறைவனது இணையற்ற பெருமையைத் தேன் மணக்கும் வாயால் வாழ்த்துமாறு மணிவாசகர் அரச வண்டை அழைக்கின்றார்.

"கண்ணப்பன் ஒப்பதோர் அன்பின்மை கண்டபின் என்னப்பன் என்னொப்பில் என்னையுமட் கொண்டருளி வண்ணப் பணித்தென்னை வாவென்ற வான்கருணைச் சுண்ணப்பொன் நீற்றற்கே சென்றூதாய் கோத்தும்பீ"

என்னும் திருவாசகம் அன்பினில் விளைந்த அருங்கனியாகும். 'காளத்தி மலையிலமர்ந்த இறைவனது கண்ணினின்றெழுந்த குருதியைக் கண்டு ஆற்றாது, ஊனுக்கு ஊனே ஏற்ற மருந்தாகுமெனத் தேர்ந்து, ஒன்றன்பின் ஒன்றாய்த் தன் கண்ணிரண்டையும் விரும்பி அளித்த கண்ணப்பனது ஒப்பிலா அன்பினைக் கண்ட என் அப்பன், கல் மனம் படைத்த கடையேனையும் கருணையினாலாண்டு கொண்டான். ஆதலால் அரச வண்டே! பவளமேனியில் பால் வெண்ணீறணிந்த பரம்பொருளையே வாழ்த்தி வணங்கிப் பாடுவாய்' என்று மணிவாசகர் இறைவனது எல்லையற்ற கருணையை வியந்து புகழ்கின்றார்.

இத்தகைய பேரருளாளன் மண்ணுலகில் வாழும் உயிர்களின் கண்ணுக் கெளியனாகித் தில்லைமன்றுளே திருநடம் புரியும் அழகினைக் கண்டு அப்பதியில் வாழும் அன்னங்களும் நடமாடித் திளைக்கு மென்று அடிகள் கருதுகின்றார்.

"வன்னெஞ்சக் கள்வன் மனவலியன் என்னாதே கன்னெஞ் சுருக்கிக் கருணையினால் ஆண்டுகொண்ட அன்னந் திளைக்கும் அணிதில்லை அம்பலவன் பொன்னங் கழலுக்கே சென்றூதாய் கோத்தும்பீ"

என்று மணிவாசகர் இன்ப அன்பினால் அருளுகின்றார். படைத்தல், காத்தல், அழித்தல் என்னும் முத்தொழிலையும் முறையாக நடத்தும் ஈசனது அருள் பெற்றோர் அவனடியின் கீழமர்ந்து நீடு வாழ்வராத லால் அப்பொன்னடிகளே போற்றுதற்குரியனவென்றும், புன்னெறியிற் பட்டுழலும் வன்னெஞ்சக் கள்வரையும் இணையற்ற கருணையினால் ஏன்று கொள்ளும் இறைவன், அன்போடுருகி அகங்குழைந்து பாடும் தும்பிக்கு அருள் செய்தல் திண்ணமாதலின், அப்பெருமான் திருவடிகளைப் பாடுதலே ஏற்றதாகுமென்றும் மணிவாசகர் அரு ளும் பொருளுரை தெய்வ மணம் கமழ்வதாகும்.

இங்ஙனம் இறைவனது பெருங் கருணைத் திறத்தினை வியந்த அடிகள் தம்மை ஆட்கொண்டருளிய தலைவனைத் 'தாயான ஈசன்' என்றறிந்து தலைக்கொண்டு போற்றுகின்றார். 'பால் நினைந்தூட்டும் தாயினும் சாலப் பரிந்து,' அன்பால் நினைவாரது ஊனினைச் சுருக்கி உள்ளொளி பெருக்கும் ஈசனைத் தார்யன்று போற்றுதல் தகவுடைய தன்றோ? இத்தகைய இறைவன் சிற்றறிவு வாய்ந்த உயிர்கள் செய்யும் பிழையனைத்தும் பொறுத்து அருள் புரிவான் என்றும், அவர்கள் ஆற்றும் சிறு நற் பணியையும் பெரிதாகக் கொண்டு இணை யற்ற பேரின்பம் அளிப்பான் என்றும் மணிவாசகர் இனிதுணர்த்து கின்றார்.

"நாயேனைத் தன்னடிகள் பாடுவித்த நாயகனைப் பேயேன துள்ளப் பிழைபொறுக்கும் பெருமையனைச் சீயேதும் இல்லாதென் செய்பணிகள் கொண்டருளும் தாயான ஈசற்கே சென்றூதாய் கோத்தும்பீ"

என்று அடிகள் ஏவுகின்றார். அவனன்றி ஓரணுவும் அசையா தெனும் உண்மையை உணர்ந்த அடிகள் அழகிய தமிழ்ப் பாட்டிசைக்கும் திறமையும் இறைவனருளாலேயே எய்தப் பெறும் என்று அறிவிக்கின்றார். அவனருளாலே அவன் தாள் வணங்கிச் செழுந்தமிழ்ப் பாமாலை புனையும் பேறுபெற்ற அடிகள், பண்ணார்ந்த பாட்டிசைக்கும் வண்டை நோக்கி

'அருமைத் தும்பி! ஈசனது அருளால் இசைபாடும் திறம் பெற்றுள்ளாய். அவனருளாற பெற்ற நலத்தினை அவன் பணியிலேயே செலுத்தக்கடவாய். சை நலம் வாய்ந்த நீ ஈசனது பெரும் புகழையே இசைப்பாய்.ஒரு நாமம், ஒருருவம் ஒன்றுமில்லாது அப்பாலுக்கப்பாலாய இறைவனை எங்ஙனம் பாடுவது என்றெண்ணிமயங்காதே! ஐயா! என் ஆருயிரே! அம்பலவா! என்றழைத்து அவன் மலரடியை வாழ்த்திப் பாடுக' என்று அடி கள் அரச வண்டுக்கு வழி காட்டுகின்றார்.

"பொய்யாய செல்வத்தே புக்கழந்தி நாள்தோறும்
மெய்யாக் கருதிக் கிடந்தேனை யாட்கொண்ட
ஐயாஎன் னாருயிரே அம்பலவா என்றவன்தன்
செய்யார் மலரடிக்கே சென்றூதாய் கோத்தும்பீ"

என்று அடிகள் அருளும் வாசகம் உருக்கம் மிக வாய்ந்ததாகும். பிழையெலாம் பொறுக்கும் பெருமை வாய்ந்த இறைவனை நோக்கி "ஐயனே! பொய்யாய செல்வத்தை மெய்யாகக் கருதி உழன்று நின் பொன்னடியைப் போற்றாதே ஆற்ற நாள் போக்கினேனே! பொருளல்லவற்றைப் பொருளென் றெண்ணி, வாழ்நாளைப் பாழ் நாளாக்கினேனே! செல்வன் கழலேத்தும் செல்வமே செல்வம் என்றறியாது சாலநாள் சிறுநெறியிற் கழித்தேனே! இத்தகைய பேதையையும் ஆட்கொண்ட நின் பெருமையை என்னென்று புகழ்வேன்! கருணையங்கடலாய் நின்னை 'ஐயா! என்னாருயிரே! அம்பலவா! என்றழைத்து மனங்குழைந்து அழுவதல்லால் மற்று என் செய்வல்லேன்' என்று மணிவாசகர் தாம் மெய்யாக் கண்டதனை வளமார்ந்த இசைபாடும் வண்டினிடம் இனிதெடுத்துரைக்கின்றார்.

இவ்வாறு செம்பொருளாய இறைவனைப் பெருங் கருணைக் கடலாகவும் பேரானந்த அமுதாகவும் அறிந்த மணிவாசகப் பெருமான், கொம்பார் சோலைத் தும்பிக்கு அருளும் திருவாசகம் ஈசன்பால் அன்புடையாரது நெஞ்சை அள்ளுவதாகும்.

8. கண்ணகிக் கூத்து

இயல், இசை, நாடகம் என்னும் மூவகைத்தமிழில் இயற்றமிழ், இனிய மொழிகளால் விழுமிய பொருளை விளக்கி, மாந்தர் அறிவினைக் கவர்ந்து உயரிய இன்பம் அளிப்பதாகும்; இசைத்தமிழ், செவியின் வாயிலாக உளத்தைக் கவர்ந்து உலப்பிலா இன்பம் பயப்பதாகும்;

நாடகத் தமிழ், இயற்றமிழின் அழகையும் இசைத்தமிழின் சுவையையும் காட்சியின் நலத்தொடு கலந்தளித்து மனத்தை மகிழ்விப்பதாகும். நாடகசாலைக்குச் செல்வோர், மணிமுடி தரித்த மன்னரும் மதி நலஞ் சான்ற அமைச்சரும், வெம்படை தாங்கிய வீரரும், நல்லணி புனைந்த நங்கையரும், பிறரும் அவ்வரங்கத்தில் நடிக்கக் கண்டு களிப் புறுவர்;

பண்ணார்ந்த பாட்டின் இசைகேட்டு இன்புறுவர்; நாடகக் கதையில் அமைந்துள்ள கருத்தினை அறிந்து நலமுறுவர். இவ்வாறு கற்றோர்க்கும் மற்றோர்க்கும் இன்பமும் பயனும் ஒருங்கே எய்துவிக் கும் தன்மையாலேயே தமிழ்நாட்டு அறிஞர் நாடகத் தமிழைப் போற்றி வளர்ப்பாராயினர்.

மாந்தரை ஒழுக்கநெறியில் நிறுத்துவதற்கு நாடகம் ஒரு சிறந்த கருவியாகும் என்பர். நல்ல நாடகங்களைக் காணும் மக்கள் அறத்தா றறிந்து ஒழுகத் தலைப்படுவர். இம்மையிலும் மறுமையிலும் உயிர்க்கு இன்பம் பயக்கும் உயரிய உண்மைகளைக் கொண்ட கதைகளே முற்காலத்தில் நாடக மேடைகளில் நடிக்கப்பட்டமையால், மக்கள் பெரும்பாலும் நன்மையில் ஆர்வமும், தீமையில் அச்சமும் உடையராய் வாழ்ந்தார்கள். ஆனால் இக்காலத்தில் புன்னெறிப் பட்டோரை இன்புறுத்திப் பொருள் கவரும் நோக்கமே பெரும்பாலும் நாடகசாலையை இயக்குகின்றது. இதனாலேயே தற்கால நாடகங்களைக் காண்பதுவும் தீதென்று நல்லறிஞர் கருதுகின்றனர்.

இக்காலத்து மேடைகளில் நடிக்கப்படும் தமிழ் நாடகங்கள் பெரும்பாலும் பழந் தமிழ் நூல்களிற் கண்ட கதைகளைத் தழுவி எழுந்தனவாகும். ஆயினும் பழமையைப் புதுக்கிக் காட்டப்போந்த நாடகங்கள், பெரும்பாலும் வரையிழந்து, வனப்பிழந்து, பயனழிந்து பாழ்பட்டிருப்பதைக் கண்டு கற்றோர் உள்ளம் வருந்துகின்றது. தமிழ் நாட்டு நாடகமேடையில் நடைபெறும் கோவலன் என்னும் நாடகம், பழந்தமிழ்க் காவியமாகிய சிலப்பதிகாரத்திலுள்ள சிறந்த கதையைத் தழுவி எழுந்ததாகும்.

எனினும் நாடகக் கோவல னுக்கும் சிலப்பதிகாரக் கோவலனுக்கும், நாடகக் கண்ணகிக்கும் காவியக் கண்ணகிக்கும் உள்ள வேற்றுமை புல்லுக்கும் நெல்லுக்குமுள்ள வேற்றுமையைப் போல்வதாகும். கோவலனைக் கோவிலன்' என்றும், கண்ணகியைக் 'கர்னகி' என்றும் சிதைத்துவழங்கும் சிறுமை ஒருபுறமிருக்க, கற்பின் கொழுந்தாய கண்ணகி, நாடக மேடையில் ஆவேசமுற்று வெறியாட்டயர்வதும், தவறிழைத்த பாண்டியன் மார்பைப் பிளந்து அவன் குடலை மாலையாக அணிந்து குருதியிலே திளைத்துக் கூத்தாடுவதும், தமிழறிந்தோர் உள்ளத்தை வருத்து வனவாகும். பெண்மைக்குரிய நாணமும் மென்மையும் அமைந்த நல்லியற் கண்ணகியை அலகைபோல் அலறவைத்தல் அழகாகுமோ? காளியாட்டங் கண்டு கல்லார் உள்ளங் களிக்கும் என்னும் காரணத்தால் கண்ணகியின் மென்மையை அழித்தல் முறையாகுமோ? இன்னும் நீதி வழுவா நெறிமுறையில் நின்ற நெடுஞ்செழியன் என்னும் மாறன் உயிரை வலிந்து பிழிதலும் வேண்டுமோ? அறியாது பிழை செய்த அவ்வரசன் நீதி தவறியதென்றறிந்த பின்னர் உயிர் வாழ இசைவானோ?

நாடகக் கண்ணகியின் தன்மை இவ்வாறாக, காவியக் கண்ணகி யின் செம்மையும் மென்மையையும் சிறிது காண்போம். மதுரைமா நகரில் கோவலன் கொலையுண்டிறந்தான் என்றறிந்த கண்ணகி பாண்டி மன்னனிடம் வழக்குரைத்து

நீதியை நிலை நிறுத்துமாறு காவிமலரனைய கண்கள் அவன் மாளிகையினுள்ளே சென்றாள்.

கண்ணகியின் கண்ணீர் சொரிய, கருங்கூந்தல் விரிந்துகிடக்க, ஒற்றைச் சிலம்பைக் கையிலேந்திக் கொற்றவன் முன்னே போந்த கோலத்தை,

"மெய்யிற் பொடியும் விரித்த கருங்குழலும்
கையில் தனிச்சிலம்பும் கண்ணீரும்--வையக்கோன் கண்டளவே தோற்றன்"

என்று சிலப்பதிகாரம் உருக்கமாக உரைக்கின்றது, கண்ணீருகுத்த கண்ணகியைப் பாண்டியன் குழைந்து நோக்கி 'மனம் வருந்தி வந்த மாதே நீ யார்?' என்று வினவினான். அதற்கு மாற்றமுரைக் கப்போந்த மங்கை 'அரசே! கன்றை இழந்த தாய்ப்பசுவொன்று மனங் கரைந்து கண்ணீருகுக்கக் கண்டு, அவ்வான்கன்றைக் கொன்ற தன் அருமந்த மைந்தன்மீது தானே தேராழி ஊர்ந்து முறை செய்த சோழ மன்னனது புகழமைந்த புகார் நகரமே என்பதியாகும். அந் நகரில் மாசாத்துவானுக்கு மகனாய்த் தோன்றி, ஊழ்வினைப் பயனால் உன் நகரிற் புகுந்து, கொலையுண்டிறந்த கோவலன் மனைவியே யான்' என்று கொதித்துக் கூறினாள். அப்பொழுது அரசன்,'மாதே! கள்வனைக் கொல்லுதல் கொடுங்கோலன்று; அது நீதியின் நெறியே யாகும்' என்று நேர்மையாய் உரைத்தான். கோவலன் குற்றமற்ற வனென்றும், அவனைக் குற்றவாளி என்று கொன்ற கொற்றவன் தவறிழைத்தான் என்றும், ஐயந்திரிபற விளக்கவந்த கண்ணகி, காவலனை நோக்கி, 'நற்றிறம்படராக் கொற்கை வேந்தே! என் கணவன் கள்வனல்லன்; அவ்விணையரிச் சிலம்பில் ஒன்று இதோ, என் கையில் உள்ளது. இதன் உள்ளே அமைந்த பரல் மாணிக்கம்,' என்று மயங்கா துரைத்தாள். அப்பொழுது மன்னவன் மனம் பதைத்து, அரண்மனைச் சிலம்பின் பால் முத்தென்று மொழிந்து, தன் காவலாளர் கோவலனிடமிருந்து கொணர்ந்த சிலம்பினை எடுத்துவந்து கண்ணகியின் முன்னே வைத்தான். அச்சில்லரிச் சிலம்பைக் கண்ணகி தன் செங்கையால் எடுத்து

நோக்கிக் காவலன் கண்ணெதிரே அதனை உடைத்தாள். சிலம்பின் உள்ளே இருந்த மாணிக்கம் விரைந்தெழுந்து அரியணை மீதமர்ந்திருந்த அரசனிடம் தானே தகைசான்ற சான்றுரைப்பதுபோல் அவன் முகத்தில் தெறித்தது. தெறித்து விழுந்த மாணிக்கத்தை மன்னவன் கண் டான். அந்நிலையில் அவன் வெண்குடை தாழ்ந்தது; செங்கோல் தளர்ந்தது; 'பொற்கொல்லன் சொற்கேட்டுப் பிழை செய்தயானோ அரசன்? யானே கள்வன்; இதுகாறும் என் வழிமுறையில் இத்தகைய பிழை செய்தார் எவருமிலர். இன்னே என்னுயிர் முடிவதாக' என்றுரைத்து மயங்கி மண்மீது விழுந்தான். விழுந்த மன்னன் எழுந்தானல்லன்.

"தாழ்ந்த குடையன் தளர்ந்தசெங் கோலன்
பொன்செய் கொல்லன் தன்சோற் கேட்ட
யானோ அரசன் யானே கள்வன்
மன்பதை காக்கும் தென்புலங் காவல்
என்முதற் பிழைத்தது கெடுகஎன் னாயுளென
மன்னவன் மயங்கி வீழ்ந் தனனே"

என்று சிலப்பதிகாரம் ஏங்கி உயிர்துறந்த பாண்டியன் பெருமையை இரங்கிக் கூறுகின்றது. காவலன் மயங்கி விழுந்து மாண்டதைக் கண்ட கோப்பெருந்தேவி, கணவனை இழந்து நின்ற கண்ணகியின் கமலபாதம் பணிந்து, அரும்பிழை பொறுக்குமாறு வேண்டினாள்.

இங்ஙனம் அறநெறி பிழைத்த அரசனுக்கு அறமே கூற்றாக அமைந்தது. 'அல்லவை செய்தார்க்கு அறங் கூற்றமாம்' என்பது தமிழ் நாட்டு அரசியற் கொள்கையாகும். இவ்வுண்மையை உலகினர்க்கு உணர்த்துதல் சிலப்பதிகாரத்தின் குறிக்கோள் என்பது,

"அரசியல் பிழைத்தோர்க் கறங் கூற்றவதும்
உரைசால் பத்தினிக் குயர்ந்தோர் ஏத்தலும்
ஊழ்வினை உருத்துவந் தூட்டு மென்ப தும்
சூழ்வினைச் சிலம்பு காரண மாகச்

சிலப்பதி காரம் என்னும் பெயரால்
நாட்டுதும் யாமோர் பாட்டுடைச் செய்யுள்"

என்னும் அழகிய அடிகளால் நன்கறியப்படும். அரசியல் பிழைத்தோர்க்கு அறமே கூற்றமாக அமையுமென்றும், கற்பமைந்த மாதரை மக்களும் தேவரும் போற்றுவரென்றும், வினையின் பயனை விலக்கலாகாதென்றும், இவ்வுலக மாந்தர் அறிந்து உய்யுமாறே இளங்கோவடிகள் சிலப்பதிகாரம் இயற்றி அருளினார் என்பது இதனால் இனிது விளங்கும். இவ்வுண்மைக்கு முற்றும் மாறாக அரசியல் பிழைத்த பாண்டியன் அறத்தால் ஆவி துறவாது கண்ணகி யின் மறத்தால் ஆவி துறப்பதை நாடக மேடையில் காண்கின்றோம்! கணவனாய கோவலனையன்றி ஆடவர் எவரையும் சிந்தையாலும் தொடாச் செம்மைவாய்ந்த கண்ணகி, பாண்டியன் மெய் தீண்டி அவன் மார்பைப் பிளந்து உயிரைப் பருகப் பார்க்கின்றோம்! இவ்வாறு தமிழ்நாட்டு மன்னர் அறமும், மாதர் கற்பும் நிலைகுலையுமாறு நிகழ்த்தப்பெறும் கூத்தைக் கண்டு கல்லார் நெஞ்சம் களிக்குமெனி னும் பழந்தமிழ்நாட்டின் பெருமை பாழ்படுவதைக் கண்டு பயனறிந்தோர் வருந்துவர்.

9. முந்நாடும் முத்தமிழும்

சிலப்பதிகாரம் என்னும் செந்தமிழ்க் காவியம் தமிழ்நாட்டு மூவேந்தர்க்கும் உரியதாகும். கதைத் தலைவியாகிய கண்ணகி சோழ நாட்டிலே பிறந்தாள்; பாண்டிநாட்டில் தன் கற்பின் பெருமையை நிறுவினாள்; பின்பு சேரநாடு போந்து வானவர் போற்ற வானகம் எய்தினாள். ஆகவே, நூலாசிரியர் சேர சோழ பாண்டியர்கள் ஆண்டு வந்த முந்நாட்டின் பெருமையையும் முறையாக எடுத்துரைக்கின் றார். இவ்வுண்மை,

"முடிகெழு வேந்தர் மூவர்க்கும் உரியது
அடிகள் நீரே அருளுக்கென்று"

சீத்தலைச் சாத்தனார் இளங்கோவடிகளை நோக்கிக் கூறுமாற்றால் இனிது விளங்கும். இவ்வாறு முந்நாட்டின் பெருமையையும் எழுதப் போந்த ஆசிரியர் அவற்றின் அரசியல் முறைகளையும், சமய நெறிகளையும் பழக்க வழக்கங்களையும் குறிப்பாகக் கூறியருளினார். ஆகவே, முந்நாட்டின் நீர்மையையும் ஒருங்கே எடுத்துரைக்கும் நூல் தமிழ்மொழியில் சிலப்பதிகாரம் ஒன்றேயாகும்.

மூவேந்தர்க்கும் உரிய நூலாக விளங்கும் சிலப்பதிகாரம், முத் தமிழ் நயங்களுமமைந்த அரிய நூலாகவும் திகழ்கின்றது. இயல், இசை, நாடகம் என முன்னோர் வகுத்த முத்தமிழும் அந்நூலில் இனிது விளங்கக் காணலாம். இயற்றமிழின் நயம் நூல் முழுமை யும் பரந்து இன்பம் பயக்கின்றது. இனிமையும் செம்மையும் வாய்ந்த அருந்தமிழ்நடையில் சிலப்பதிகாரம் அமைந்திருத்தலால் செந்தமிழ் மொழியின் பெருமை அதன்கண் தலைசிறந்து இலங்குகின் றது. பெருங் காவியமியற்றும் புலவர்கள், பெரும்பாலும் அகவற் பாவியிலேயே தமக்கினிய காதைகளை அமைக்கக் காண்கின்றோம். அருமையும் பெருமையும் வாய்ந்த பழந்தமிழ்ப் பனுவல்கள் பெரும்பாலும் அகவற்பாவிலேயே

அமைந்திருக்கின்றன. செம்மையும் சீர்மையும் வாய்ந்ததாய், ஆற்றொழுக்குப் போன்று அழகாகச் செல்லும் தன்மையதாய், கற்போருள்ளத்தைப் பிணிக்கும் தகையதாய் சிலப்பதிகாரத்தின் செவ்விய நடை அமைந்துள்ளது.

நூலின் பிற் பகுதியில் காவிய நடை கனிந்திலங்குகின்றது. நயங்கள் பலவும் அமைந்த பெருங்காப்பியத்திற்கு அகவல் நடையே ஏற்றதாகும் என் பர். யாப்பிலக்கணத்தின் தடைகள் மிகுதியும் இன்றி ஆசிரியர் கருதிய கருத்துக்களை எளிதாகவும் இனிதாகவும் எடுத்துரைப்பதற்கு ஏற்ற நடை அகவலேயாகும். ஆங்கிலமொழியில் பெருங் காப்பியங்கள் செய்த ஆசிரியர்கள் *(Blank verse)* சுத்தப் பாவினம் என்னும் பாவகையாலேயே அவற்றை ஆக்கியுள்ளார்கள். ஆங்கிலக் காவிய நடையில் ஒப்புயர்வற்று விளங்கும் 'மில்டன்' என்னும் பேராசிரியர் அகவல்போன்ற மேற்கூறிய பாவாலேயே சுவர்க்க நீக்கம் *(Paradise lost)* என்னும் பெருநூலை அமைத்திருக்கின்றார்.

ஆகவே, சிலப் பதிகாரத்தின் நடை இயற்றமிழின் சீர்மையை இனிதுணர்த் துவதாகும்.

இனி, இசைநயம் வாய்ந்த பகுதிகள் சிலப்பதிகாரத்தில் பல வுண்டு. பழந்தமிழ் மொழியில் தலைசிறந்து விளங்கிய இசைத்தமிழின் இயல்பையும் பெருமையையும் இக்கால உலகிற்குச் செம்மை யாக விளக்குவது சிலப்பதிகார மேயாகும். மாதவி தன் ஆடல் பாடல்களைச் சோழமன்னன் சபையில் அரங்கேற்றப் போந்தபொழுது அங்கு நிகழ்ந்த இன்னிசையும், அப்பால் கோவலனும் மாதவியும் கடற்கரையில் மகிழ்ந்து பாடிய கானல்வரிப் பாக்களும், ஆயர் சேரி யில் ஆய்ச்சியர் திருமாலை வணங்கிப் பாடிய இசைப்பாக்களும், கண் ணகியை ணங்கும்பொழுது அங்கு நிறைந்து நின்ற பெருமக்கள் பாடிய வாழ்த்துப்பாக்களும், தமிழ்மொழியின் இசை நலத்திற்கு என்றும் அழியாத சான்று பகர்வனவாம். இப்பாக்கள் பண்ணொன்றசைபாடும்

புலவர்க்கு நல்விருந்தாய் அமைந்து சிந்தைக்கும் செவிக்கும் ஒருங்கே இன்பம் ஊட்டுகின்றன.

இன்னும் நாடகத்தின் நல்லியல்களும் சிலப்பதிகாரத்தில் நன்கு அமைந்து விளங்கக் காணலாம். நாடக அங்கங்களாகப் பிரித்து அமைக்கப் பெறாவிடினும் நாடகத்தின் தன்மை அந்நூலில் விளங்குகின்றது. நாடக நூல்களின் தன்மையை நன்கு ஆராயும்.

அறிஞர் அவற்றை மங்கல நாடகம் என்றும் அகோர நாடகம் என்றும் பகுத்துரைப்பர். இவற்றுள் மங்கல நாடகம், ஒரு தலை மகனும் தலைமகளும் ஒருவரை யொருவர் காதலித்து மகிழ்ந்திருக் கும் நிலையில், எதிர்பாராத ஓர் இடையூறு நேர்ந்து ஒருவரை விட்டு ஒருவர் பிரிவதும், அவ்வாறு பிரிந்தபின் இருவரும் பலவகைத் துன் பங்களை அடைந்து இறுதியில் ஒருவரை யொருவர் மீண்டும் எதிர்ப் பட்டு மணம் செய்து கொள்வதுமாகிய தன்மையை யுடையதாக விளங்கும்.

இத்தகைய நாடகம் மங்கலமாக முடிதலால் மங்கல நாடகமென்று பெயர் பெறும். இவ்வாறன்றி உலகில் உயர்ந்த நிலைமையுற்ற பெருமக்கள் ஆற்றொணாத அருந்துயர் அடைந்து இறுதியில் இறந்துபடுவதாகிய முடிவினையுடைய நாடகம் அகோர நாடகம் எனப்படும். இப் பாகுபாடு மேலை நாட்டு நாடக களில் மிகத் தெளிவாகக் காணப்படுகின்றது. ஆனால், தமிழ்மொழியி லுள்ள பல நாடகங்கள் அகோரத் தன்மை வாய்ந்தனவா யிருப்பினும் இறுதியில் மங்கலமாகவே முடியக் காண்கின்றோம். சிலப்பதிகாரத்தில் கற்போர் மனத்தை உருக்கும் கடுந்துயரம் காட்டப்படுகின்றது. செல்வமும் சீர்மையும் வாய்ந்த கண்ணகியும் கோவலனும் கடுங் கானகத்தில் வழி நடந்து வருந்துகின்றார்கள். அப்பால் கண்ணகியின் காற் சிலம்பை விற்றுவர மதுரை வீதியிற் சென்ற கோவலன் அரசனது ஏவலாளனால் கொலையுண்டு இறக்கின்றான். அதை அறிந்த கண்ணகி மனம் கொதித்து

அழுது, மன்னனிடம் சென்று வழக்குரைத்து மாறனையும் மதுரைமா நகரையும் அழிக்கின்றாள். இவ்வளவில் முடிவு பெறுமாயின் சிலப்பதிகாரம் அகோர நாடகம் என்று பெயர் பெறுவதாகும். ஆனால் கொலையுண்டு இறந்த கோவலன் இறைவன் அருளால் மீண்டும் உயிர்பெற்று எழுகின்றான். கணவனை இழந்து துயரடைந்த கண்ணகியும் விமானத்திலேறி விண்ணுலகடைகின்றாள். இவ்வாறு நாடகம் மங்கலமாக முடிகின்றது. யாதொரு குற்றமு மற்றவர்களாய்,நன்மையே நாடிச் செய்யும் இயல்புடையவர்களாய், அரும் பெரும் குணங்கள் அமையப் பெற்றவர்களாய் விளங்கும் நல் லோர் துன்பத்தால் நலிவதைக் காண்பவர் மனமுடைந்து வருந்து வர். அன்னார் இறந்துபடும் காட்சி அவர்களால் பொறுக்க முடியாது என்றுணர்ந்து அகோர நாடகம் இயற்றும் ஆசிரியர்கள் இறுதியில் இறந்தவர்களை எழுப்புகின்றார்கள். கோவலன் கொலையுண்டு இறந்த கொடுமையைக் கண்டு கொதிக்கும் உள்ளம், அவனை மீண்டும் உயிருடன் கண்ட அளவில் ஆறுதல் அடைகின்றது. அவ்வாறே கண்ணகியின் கடுந்துயரைக்கண்டு கலங்கிய மனம், அம்மங்கை ஊர்தியில் செல்வதைக் கண்டு அமைதி அடைகின்றது. அகோர முடிவினைக் காணப்பொறாத தமிழ் மக்களது மனப்பான்மையை, ஆசிரியர் நன்றாக அறிந்திருந்தமையால் கோவலனையும் கண்ணகியையும் விண்ணுலகேற்றி மங்கல முடிவை அமைத்தருளினார்.

முற்காலத்தில் நிகழ்ந்த செயல்களை, தற்காலத்தில் பார்ப்போர் கண்ணெதிரே நிகழும் செயல்கள் போலக் காட்டுவதே நாடகத்தின் நல்லியல்பாகும். நாடகத்தைக் காணச் செல்லும் நன்மக்கள், தாம் காணும் நிகழ்ச்சிகள் முற்காலத்தில் நிகழ்ந்தன என்னும் எண்ணத்தை முற்றும் மறந்து, அப்பொழுது தம் கண்ணெதிரே நிகழும் செயல்கள் போலவே கருதுமாறு செய்தல் நாடகக் கவிஞரது நோக்கமாகும். இத்தன்மை சிலப்பதிகாரத்தில் சிறந்து விளங்குகின்றது. மதுரைமா நகரை எரித்து, மலைமீது ஏறி,

வேங்கை மரத்தின் நிழலில் கவலையுற்று வந்து நின்ற கண்ணகியைக் குன்றக் குறவர்கள் நேராகக் கண்டதாகவும், அம்மங்கையை யார் என்று வினவியதாக வும், அதைக் கேட்ட கண்ணகி,

"மணமதுரையோடு அரசு கேடுற வல்வினைவந் துறுத்த காலை கணவனையங் கிழந்து போந்த கடுவினையேன் யான்"

என்று மாற்றம் உரைத்ததாகவும், அப்பொழுது குறவர்கள் அஞ்சி அம்மையாரை இறைஞ்சித் தொழுது நின்றதாகவும், அன்னவர் கண்காண வானவர் மலர்மாரி பொழிந்ததாகவும், கற்பரசி தன் காதலனோடு விமானம் ஏறி விண்ணுலகம் அடைந்ததாகவும், அப் புதுமையைக் கண்ட குன்றக் குறவர் சேர மன்னனிடம் சென்று நிகழ்ந்த செயல்களை எடுத்துரைத்ததாகவும், அப்பொழுது அரசனோடு இருந்த அருந்தமிழ்ப் புலவரான சீத்தலைச் சாத்தனார் கோவலன் கொலையுண்டு இறந்ததையும், மதுரை மன்னனும் நகரமும் அழிந்ததையும், அப்பால் கண்ணகி சேரநாடு சேர்ந்ததையும் விரிவாக எடுத்துரைத்ததாகவும் ஆசிரியர் கூறுகின்றமையால் கண்ணகியின் கதை நம் கண்ணெதிரே நிகழ்வதுபோலவே இருக்கின்றது.

இன்னும் அகோர நாடகத்தில் விளையும் துயரங்களை ஒல்லும் வகையால் துடைக்கும் வண்ணம் இடையிடையே நகைச்சுவையும், இன்பச் சுவையும் ஊட்டுகின்ற காட்சிகளை நாடக ஆசிரியர்கள் அமைப்பதுண்டு. இத்தகைய காட்சிகள் அகோர நாடகத்திற்கு இன்றியமையாத அங்கங்கள் என்று நாடக நூல் வல்லார் கூறுவர். கடுங்கானகத்தில் கண்ணகியும் கோவலனும் வழி நடந்து அடி தளர்ந்து வருந்துவதைக் கண்டு துன்புற்ற மனம், காளி கோட்டத்தில் மறக்குலப் பெண் தெய்வமுற்று ஆடும் ஆவேசக் கூத்தையும் கோலத்தையும் கண்டு ஆறுதல் அடைகின்றது. கோவலன் கொலை யுண்டிறந்த கொடுமையைக் கண்டு உருகிய மனம் ஆய்ச்சியர் பாடும் பாட்டாலும், ஆடும் குரவைக் கூத்தாலும் ஒருவாறு ஆறுதல் அடைகின்றது. கண்ணகியின் பொறுக்க முடியாத

சோகமும், மதுரை மன்னன் இறந்துபட்ட துயரமும், மதுரைமா நகரம் எரிந்தழிந்த துன்பமும் கண்டு ஆற்றாத மனம், குன்றக் குறவர் குரவைக் கூத்தாடுவதைக் கண்டு ஒருவாறு அமைதி அடைகின்றது. இவ்வாறு சோகத்தைப் பெரிதும் ஊட்டுகின்ற காட்சிகளை அடுத்து இன்பம் விளைக்கும் இனிய காட்சிகளை ஆசிரியர் அமைத்துள்ள அழகு, நாடகவியல் உணர்ந்தோர் நன்கு போற்றுதற் குரியதாகும். இன்னோரன்ன சிறப்புக்கள் வாய்ந்திருத்தலாலேயே, முத்தமிழ்த் துறையின் முறைபோகிய வித்தகர் சிலப்பதிகாரத்தைச் சிறந்த நாடகக் காப்பியம் என்று போற்றுகின்றனர்.

10. வீரமா முனிவர்

இவ்வுலகில் வழங்கும் செம்மைசான்ற தொன்மொழிகளுள் தமிழ்மொழியும் ஒன்றென்று மொழித்திறமறிந்தோர் கூறுவர். இற் றைக்கு இரண்டாயிரம் ஆண்டுகளுக்கு முன்னரே, சிறப்புற்றிருந்த தென்னாட்டில் தமிழ்மொழி தோன்றி வளர்ந்த வரலாறு இன்றும் புதை பொருளாகவே அமைந்துள்ளது. ஆயினும் இக்காலத்தில் வெளிவந்துலவும் பழந்தொகை நூல்களைத் துணைக்கொண்டு ஆராயும் பொழுது அக்காலத்திய அந்தணரும் அரசரும், வணிகரும் வேளி ரும் வளமார்ந்த தமிழ்மொழியை ஆதரித்து வளர்த்த ஆர்வம் பளிங்குபோல் விளங்குவதாகும். இவ்வாறு அறிஞரனைவரும் மன மொத்து வளர்த்தமையாலேயே தமிழ்மொழி முற்காலத்தில் தழைத் தோங்குவதாயிற்று. இன்னும் சைவரும் வைணவரும், சமணரும் பௌத்தரும் பைந்தமிழ் மொழியைப் போற்றி வளர்ப்பாராயினர். இங்ஙனம், சாதிமதச் சுழிகடந்து, காலமென்னும் கடும்புனலில் தமிழ்க்கலம் களித்துலாவியது.

இத்தகைய தொன்மைவாய்ந்த தமிழ்மொழியைச் சென்ற இரு நூறாண்டுகளாகப் பிறநாட்டு நல்லறிஞர் போற்றி வளர்க்கத் தலைப் பட்டார்கள். ஐரோப்பிய நாடுகளில் சீரும் சிறப்புமுற்று விளங்கும் கிறிஸ்துமதக் கொள்கைகளைத் தமிழ்நாட்டிற் பரப்பக் கருதி இந்நாட் டிற் போந்த பாதிரிமார்கள், அருந்தமிழ் மொழியை வருந்திக் கற்கத் தொடங்கினார்கள். இயேசு மதக் கொள்கைகளைத் தமிழ்மக்கள் நன்குணர்ந்து ஆதரிக்கும் வண்ணம் அவற்றைப் போதிக்கக் கருதிய பெரியார், பிழையறப் பேசவும் எழுதவும் விரும்பித் தமிழ்மொழியி லமைந்த சிறந்த நூல்களை ஆராயத் தலைப்பட்டார்கள்.

அற நூல்களிற் சிறந்த திருக்குறளையும், அருஞ்சுவை நிரம்பிய பெருந் தமிழ்க் காவியங்களையும்,அன்னார் ஆர்வமுறப்

பயின்றபொழுது, அந்நூல்களின் தெள்ளிய சுவை அவர் உள்ளத்தை அள்ளுவதாயிற்று. தமிழ் மொழியைப் போதிய வளவு கற்றுப் போதனை செய்யக்கருதிய மேலை நாட்டறிஞர் செழுந்தமிழ்த் தேனை மாந்தித் திளைத்தார்கள்.

இத் தகைய மேலைநாட்டறிஞருள், இத்தாலிய நாட்டினின்றும் தமிழகம் போந்து தமிழ்மக்களோடு கலந்துறைந்து, விழுமிய புகழ்பெற்ற வீரமாமுனிவர் தலைசிறந்தவராவார். ஐரோப்பிய நாடுகளில் உயர் தனிச் செம்மொழிகளாகக் கருதப்படும் லத்தீன், கிரீக்கு முதலிய மொழிகளில் அமைந்த செழுங்கலைகளைச் செவ்வையாக ஓதியுணர்ந்து, செல்வத்துட் செல்வமாய செவிச்செல்வம் பெற்ற அம்முனிவர், அருந்தமிழ் மொழியின் அகலங்காண விரும்பிப் பல்லாண்டு முயன்று பயின்றார். அறம் மணக்கும் திருக்குறளின் அருஞ்சுவையையும், தமிழ் மணக்கும் சிந்தாமணியின் செழுஞ்சுவையையும், கலைமணக்கும் கம்பன் கவிச்சுவையையும் கலந்து நுகர்ந்த முனிவர் உள்ளம், பள்ளத்துட் பாயும் வெள்ளம்போல் ஏனைய தமிழ்ப் பனுவல்களிலும் பரந்து படர்வதாயிற்று. தாளுண்ட நீரைத் தலையாலே தரும் தெங்கின் தகைமை வாய்ந்த அப்பெரியார் தமிழ்மொழிக்கு ஆற்றிய தொண்டு அருமை வாய்ந்ததாகும்.

தைரியநாதர் என்றும், வீரமா முனிவர் என்றும் தமிழகத்திற்புகழ் பெற்ற வித்தகரே தமிழ் அகராதியின் தந்தையாவார் என்று கூறுதல் மிகையாகாது. தமிழ்மொழியில் அமைந்த சொல்லின் பொருளை அறிந்துகொள்வதற்கு முற்காலத்தில் நிகண்டுகளே சிறந்த கருவிகளா யமைந்தன. திவாகரம், பிங்கலம், கயாதரம்,சூடாமணி முதலிய பழைய நிகண்டுகள் தமிழ்மொழியில் விளங்கக் காணலாம். நூற் பாவால் அமைந்த நிகண்டுகள் யாவும் கற்றோர்க்கேயன்றி மற்றோர்க் குப் பயன்படாதனவாயின. கவிபாடும் புலவர்க்கும் பொருள் காணும் அறிஞர்க்குமே அவை பெருந்துணையாயிருந்தன. கற்றோரே யன்றி மற்றோரும் தமிழ்மொழியின் சொற் செல்வமறிந்து இன்புற வேண்டுமென்று கருதிய வீரமா முனிவர் 'சதுர் அகராதி'

என்னும் பெயரால் ஒரு சிறந்த அகராதி செய்து உதவினார். அவ்வகராதி நூற்பாவால் அமைந்த நிகண்டுகள் போலாது, தமிழ்ச் சொற்களை அகர முதலாக எடுத்தடுக்கிப் பொருள் விளக்கிய பான்மையால் 'தமிழ்ப்பெருங்கடற்கு அஃது ஓர் மரக்கலமாகத் திகழ்ந்த 'தென் அந்நூற்பாயிரம் கூறுகின்றது. சதுரகராதி அளவிற் சிறிதாயி னும் அருமைவாய்ந்த தென்பதில் ஐயமில்லை. பிற்காலத்தில் தமி ழில் எழுந்த பேரகராதிகட்கெல்லாம், சதுர் அகராதி கலங்கரை விளக்கம்போல் நின்று நெறிகாட்டும் தகைமையொன்றே அதன் பெருமைக்குப் போதிய சான்றாகும். பெயர், பொருள்,தொகை, காடை என்னும் நான்கு பகுப்புடையதாய் நலமுறத் திகழும் சது ரகராதி பத்தொன்பதாம் நூற்றாண்டில் எழுந்ததாகும். அவ்வக ராதியை அடிப்படையாகக் கொண்டு, தனித் தமிழ் அகராதிகளும், தமிழ் ஆங்கில அகராதிகளும் எழுந்தன.

தமிழ் அகராதியின் தாதையாய வீரமா முனிவர் தமிழ் லத்தீன் அகராதி யொன்றும், போர்ச்சுகீசியத் தமிழ் அகராதி யொன்றும் இயற்றிப் போந்தார். இவ்வாறு அகராதிகள் இயற்றிச் சிறப்புற்ற முனிவர், தேம்பாவணி யென்னும் நறுந்தமிழ் மாலை புனைந்து தமிழணங்கைப் போற்றுவாராயினர். சூதேய நாட்டிற் பிறந்து புகழ் பெற்ற சூசையப்பர் என்னும் வளவன் பெருமையைக் கூறும் தேம்பா வணியில் திருக்குறளின் தெள்ளிய கட்டுரை மணமும், சிந்தாமணியின் செவ்விய கற்பனை நலமும், கலைமலிந்த கம்பன் கவிச்சுவையும் ஆங்காங்கு அமைந்து அழகுசெய்யக் காணலாம். இதனை விரித்துரைத்தல் ஈண்டியலாதாயினும் இரண்டொரு சான்று காணலாகும்.

வேளாண்மை யென்னும் விழுமிய பணியின் நலமுணர்த்தப் போந்த திருவள்ளுவர் "உழுதுண்டு வாழ்வாரே வாழ்வார், மற்றெல்லாம் தொழுதுண்டு பின்செல்பவர்" என்று அருளிப்போந்தார். இத் திருக்குறளின் தெள்ளிய நயமறிந்த முனிவர்,

**"உழதுண்பார் உயிர் வாழ்வார் மற்றெல்லாம்
தொழுதுண்பார் எனில் தாம் தொழில் செய்தபின்
அழுதுண்பார் கொடை கோடலில் லாயின
பொழுதுண்பாரில் யாரெனப் பூசவே"**

என்று தேம்பாவணியிற் பொதிந்துரைத்துப் போந்தார்.

இனி, கல்வியிற் பெரியவர் என்று தமிழ்நாடு போற்றிப் புகழும் கம்பர் அருளிய கவிகள் வீரமா முனிவரது உள்ளத்தைக் கவர்ந்து, அவர் காவியத்தில் மிளிரும் தன்மையை ஆராய்வோம். தமிழ்நூல் மரபுக் கேற்பத் தேம்பாவணியில் வழிபடுதெய்வ வணக்கம் கூறலுற்ற வீரமா முனிவர்,

**"சீரிய உலகம் மூன்றும் செய்தளித்து அழிப்ப வல்லாய்
நேரிய எதிர் ஒப்பின்றி நீத்தவோர் கடவுள் தூய வேரிய கமல
பாதம் வினையறப் பணிந்து போற்றி ஆரிய வளவன் தன்காதை
அறழதல் விளங்கச் சொல்வாம்"**

என்றருளினார்.

முழுமுதற் பொருளாய் இறைவனைப் பெயராற் குறியாது முத்தொழில் புரியும் முறைமையால் அறிவித்தார். மும்மை சால் உலகமெல்லாம் படைத்தும் காத்தும் கரந்தும் விளையாடும் கட வுளை, சீரிய உலகம் மூன்றும் செய்து, அளித்து, அழிப்பவல்லாய்,' என்று சிறப்பித்தார். தனக்குவமையில்லாத் தனிப்பெருந் தலைவனை 'நேரிய எதிர் ஒப்பில்லான்' என்று ஏத்தினார். இருள்சேர் இரு வினையும் கடந்து, காலமும் கணக்கும் நீத்த காரணனாய் நின்ற இறை வனை, 'நீத்த ஒர் கடவுள்' என்று குறித்தார்.வள்ளுவார் உள்ளத்தில் ஆனந்தத் தேன்சொரியும் இறைவன் திருவடியை 'வேரிய கமல பாதம்' என்று வியந்துரைத்தார். இத்தகைய தெய்வமணங் கமழும் திருவடி மலர்களை 'வாக்கால் தணிவுதோன்ற வாழ்த்தியும், மெய்யாற் பணிவு தோன்றத் தொழுதும் அறம் முதலாய உறுதிப் பொருள்களை விளக்கும்

வளன் கதையை முனிவர் தமிழ்மொழியால் விளக்கலுற்றார். இவ்வாறு தேம்பாவணியில் அமைந்த தெய்வ வணக்கம்,

"உலகம் யாவையும் தாழள வாக்கலும் நிலை பெறுத்தலும்
நீக்கலும் நீங்கலா அலகிலா விளையாட் டுடையார் அவர்
தலைவர் அன்னவர்க்கே சரண் நாங்களே"

என்னும் கம்பர் கவியோடு ஒப்பிட்டு நோக்கத்தக்கதாகும்.

இன்னும்,தேம்பாவணி அவையடக்கக் கவியின் ஈற்றடியில் அமைந்த 'ஆசையுற்று ஊமனேனும் அருங்கதை அறையலுற்றேன்' என்னும் முனிவர் மொழிகள் 'அன்பெனும் நறவம்மாந்தி மூங்கை யான் பேசலுற்றான், என்ன யான் மொழியலுற்றேன்' என்னும் கம்பர் வாக்கைத் தழுவி எழுந்தனவென்று கருதுதல் மிகையாகாது.

இனிச் சிந்தாமணியின் நந்தாச் சுவையினை நுகர்ந்து இன்புற்ற வீரமாமுனிவர், நாட்டுவளம் கூறும் கவிகளிலும், நகரநலம் கூறும் கவிகளிலும், அக்காவியத்தின் சிறந்த வாடை வீசுகின்றது. கீதமாவும் தீம்பலாவும், தெங்கும் வாழையும் எங்கும் நிறைந்து இலங்கிய ஏமாங்கத நாட்டைப் புகழப்போந்த சிந்தாமணி யாசிரியர்

"காய்மாண்ட தெங்கின் பழம் வீழக் கழகின் எற்றிப்
பூமாண்ட தீந்தேன் தொடைகீறி வருக்கை போழ்ந்து தேமாங்
கனியோடு வாழைப் பழங்கள் சிந்தும்
ஏமாங் கதமென்னும் இசையால் திசை போயதுண்டே"

என்று செழுந்தமிழ் மொழிகளால் எழுதியமைத்தார். இக்கவியின் இன்பம் நுகர்ந்த முனிவர், சூதேய நாட்டு வளங் கூற நேர்ந்த பொழுது,

"பாய்ந்த தெங்கதின் பழங்கள் வீழ்தலால்
வாய்ந்த வாழைமா வருக்கை ஆசினி
சாய்ந்த தீங்கனி சரிந்த தேம்புனல்
தோய்ந்த வாயெலாம் இனிமை தோய்ந்தன"

என்று திருத்தி யமைத்துத் திளைப்பாராயினர்

அரியதோர் அகராதி தொகுத்தும், அருங்காவியம் இயற்றியும் தண்டமிழ் மொழிக்குத் தொண்டு செய்த வீரமா முனிவர், நன்னூல் முதலிய பன்னூல்களையும் ஐயந்திரிபற ஓதியுணர்ந்து, 'தொன்னூல் விளக்கம்' என்னும் பெயரால் ஒரு செந்தமிழ் இலக்கணம் இயற்றினார். இந்நூல் எழுத்து முதல் அணியீறாகவுள்ள ஐந்திலக்கணங்களையும் அழகுறத் தொகுத்துரைக்கின்றது. நன்னூல் போலவே இந்நூலும் நூற்பாவால் ஆக்கப்பட்டுள்ளது. நூல் வழக்கில் அமைந்த செந்தமிழ் மொழியின் திட்பநுட்ப முணர்ந்து ஐந்திலக்கண நூலும் உரையும் எழுதிய வீரமா முனிவர், உலக வழக்கிலமைந்த தமிழையும் இனிதறிந்து, 'கொடுந்தமிழ்' என்னும் பெயரால் லத்தீன் மொழியில் ஓர் இலக்கண நூல் வரைந்துதவினார். தமிழ்மொழியைப் பிழையறப் பேசவும் எழுதவும் ஆர்வமுற்று முயலும் பிறநாட்டறிஞர்க்கு இந்நூல் பேருதவியாக நிற்பதாகும். பழம் பெருமைவாய்ந்த தமிழ்நாட்டாரது பண்பினை மேலை நாட்டினரும் இனிதுணருமாறு, தெய்வப்புலமைத் திருவள்ளுவனார் இயற்றிய திருக்குறளின் அறத்துப்பாலையும் பொருட்பாலையும், வீரமாமுனிவர் லத்தீன் மொழியிற் பெயர்த்தமைத்தார். இன்னும் இவர் வேதியர் ஒழுக்கம்,வேதவிளக்கம், வாமன் கதை முதலிய வசன நூல்களும் இயற்றித் தமிழ் உரைநடையை ஆதரித்தார். இங்ஙனம் தமிழ்மொழிக்குப் பல்லாற்றாற் பணிசெய்த வீரமாமுனிவர் போன்ற மேலைநாட்டறிஞரைச் செய்ந்நன்றியறியும் தமிழ்நாட்டார் என்றும் பாராட்டுவர்.

11. கொக்கு வேட்டை

தென்னாட்டில் தெள்ளிய அருவியாற் புகழ்பெற்றது திருக்குற்றால் மலை. அங்கு கோங்கும் வேங்கையும் ஓங்கி வளரும்; குரவமும் முல்லை யும் நறுமணங் கமழும்; மூலிகை மணங் கலந்த மந்தமாருதம் நலிந் தோர்க்குப் புத்துயிர் நல்கும்; விண்ணளாவும் வேங்கையின் மலர் களில் வண்டுகள் அமர்ந்து மதுவுண்டு பண்ணார்ந்த பாட்டிசைக்கும்.

**"வம்பார்குன்றந் நீடுயர்சாரல் வளர்வேங்கைக்
கொம்பார்சோலைக் கோலவண்டு யாழ்செய் குற்றாலம்"**

என்னும் தேவாரத் திருப்பாட்டால் அம்மலையின் இயற்கையழகு இனிது விளங்குவதாகும். திருக்குற்றால மலைச் சோலைகளில் மயில்கள் தோகை விரித்தாடும் அழகும், மந்திகள் மரங்களில் தாவி விளையாடும் மாண்பும், தினைப்புலங் காக்கும் குறமங்கையர் கல்லெறிந்து கிளியோப்பும் காட்சியும் யாவர்க்கும் சிறந்த இன்பம் விளைப்பனவாகும்.

இத்தகைய வளமார்ந்த குற்றால மலையில் வேட்டையாட விரும்பிச் சிங்கன் என்னும் வேடன் புறப்பட்டான்.

கொக்கிறகைத் தலையில் முடித்து, வக்காமணியைக் கழுத்திலணிந்து, வரித்தோற் கச்சையை வரிந்திறுக்கி, சில்லிக் கோலும் ஈட்டியும் கையிலெடுத்து அவ் வேட்டுவன் புள்ளினம் மலிந்த மலைச்சாரலிற் புகுந்தான். நாய் போல் தடம் பிடித்து, பூனை போல் ஒளி போட்டு, நரி போல் பம்மி, அரி போல் அறையும் திறம் வாய்ந்த சிங்கன் ஆடிப்பாடி அகங்களித்து நடந்தான். அப்பொழுது கண்ணியும் பொறியும் கையிற் கொண்டு, கானகப் பறவையைக் கருத்திற் கொண்டு நூவன் என்னும் குளுவன் மற்றொரு வழியாக அவ்விடம்

விரைந்து போந்தான். இங்ஙனம் எதிர்ப்பட்ட வேடர் இருவரும் மனமகிழ்ந்து வேட்டையாடத் தொடங்கினர்.

பறவை போல் ஒலிக்கும் பான்மை வாய்ந்த நூவன், ஒரு புதரில் மறைந்து நின்று புள்ளொலி எழுப்பினான். அவ்வொலியை இனப் பறவையொலி என்று கருதி ஏமாந்த பறவைகள் அத்திசையை நோக்கிப் பறந்தோடி வந்தன. அருகே நின்ற மரத்திலேறிச் சிங்கன் பறந்து வந்த பறவைகளைப் பார்த்து மகிழ்ந்தான். மாடப்புறாவும் மரங்கொத்திப் புள்ளும், காடையும் கம்புளும், உள்ளானும் வலியானும், கொண்டைக் குலாத்தியும் கொக்கும், குழாங் குழாமாய் வரக் கண்ட குறவன் மனங்களித்து, வலையை விரிக்குமாறு நூவனைப் பணித்தான். புதரினருகே நூவன் விரித்த வலையிற் சிக்கிய புள்ளி னங்களைக் கண்டு வாயூறிய சிங்கன்,

"காசு பறித்திடும் வேசையர் ஆசாரக்
கண்ணிக்குள் ளேபடும் காழகர் போலவும்
தேசத்துக் கொக்கெல்லாம் கண்ணிக்குள் ளேவந்து
சிக்குது பார்கறி தக்குது பார்"

என்று துள்ளிக் குதித்துப் பாடினான்.

இன்னும் வேட்டைத் தொழிலின் சீர்மையை நன்கறிந்த சிங்கன்,

"கானவர் வேடத்தை ஈனமென் றெண்ணாதே
காக்கை படுத்தான் கருமுகில் வண்ணனும்
மேனாட் படுத்திட்ட கொக்கிற கின்னும்
விடைமே லிருப்பார் சடைமே லிருக்குது"

என்று நூவனுக்கு உணர்த்தினான்.

'கருமுகில் வண்ணன் காக்கை வேட்டையாடி அதன் கண் ணொன்றை அறுத்தான். செம்மேனி வாய்ந்த ஈசன் கொக்கு வேட்டையாடி அதன் இறகை வேணியிற் சூடினான். ஆதலால்

வானவரும் கையாண்ட கானவர் தொழிலை
ஈனமென்றெண்ணாதே' என்று சிங்கன் அறிவுறுத்தினான்.

இன்னும் கானவர் மனையில் வளர்ந்த வள்ளியின் தேனூறு சொல்லுக்கு வாயூறிய குமரன் கொக்கு வேட்டையாடிய செய்தியைக் குறவன் பாராட்டிப் பேசலுற்றான். கோலமாமயில் மீது குலவும் முருகன், வேற் படை தாங்கி, முதல் வேட்டைக்குப் புறப்பட்டான்; ஆறு நாள் அலைந்து திரிந்து ஓர் அருங் கொக்கை அடித்தான்; வருந்தியடித்த கொக்கை நன்றாக அவித்துச் சாறாக்கி அன்பர்கள் சட்டியிலே வைத்தார்கள். அச்சாற்றைச் செந்தண்மை வாய்ந்த அந்தணரும், சிவநெறிச் சீலரும் ஆதரித்து ஏற்றார்கள். பெருந்தவ முனிவரும் அச்சாற்றைத் தம் தவப்பயனாகக் கருதி அகமகிழ்ந்தார்கள். இங்ஙனம் ஆன்றோர் போற்றும் வண்ணம் அருங்கொக்கு வேட்டையாடிய ஆதிக்குறவன் பெருமையை,

"மீறு மிலஞ்சிக் குறத்தியைக் கொண்ட செவ்
வேட்குற வன்முதல் வேட்டைக்குப் போனநாள்
ஆறுநாட் கூடி யொருகொக்குப் பட்ட(து)
அகப்பட்ட கொக்கை அவித்தொரு சட்டியில்
சாறுக வைத்தபின் வேதப் பிராமணர்
தாழங்கொண் டார்சைவர் தாழங்கொண் டார்தவப்
பேற முனிவரும் ஏற்றுக் கொண்டார்"

என்று சிங்கன் வியந்து புகழ்ந்தான். முருகப்பெருமான் கையில் வேலேந்திக் கொடுமை சூழ்ந்த சூரனைக் கொல்லப் புறப்பட்டான். வேலனைப் பாலன் என்றெண்ணி இகழ்ந்த சூரன் ஆறு நாள் அண்ட முற்றும் சுற்றி அமர் விளைத்தான். அக்கொடியோனை முறியடித்துக் கொடுமை தீர்க்கக் கருதிய குமரவேள் ஆறு நாளும் சலிப்பின்றி அவ்வசுரனைத் தொடர்ந்து போர் புரிந்தான். மாயப்போரில் வல்லவனாகிய சூரன் வேலனை ஏய்க்கக் கருதி ஒரு கொக்கு (மாமரம்) வடிவெடுத்து நின்றான். அக்கொக்கினை முருகன் வேலாலெறிந்து வீழ்த்தினான். அந்நிலையில் கொக்காகி நின்ற கொடியோன் குமரன் பெருமையை அறிந்து பணிந்தான்.

அடிபணிந்தவர்க்கு அருள் புரியும் அறுமுகச் செவ்வேள் சூரனது ஆணவத்தை அவித்து அவனை ஆட்கொண்ட ருளினான். இவ்வருட்செயலைக் கந்தர் சட்டி (சஷ்டி)த் திருநாளாக (சாறு - திருவிழா) அமைத்து அந்தணரும் அருந்தவரும் ஆதரித்துப் போற்றினார்கள். ஆகவே, மாமரமாய் நின்ற மாறுபடு சூரனை வென்று, அவன் ஆணவத்தை அவித்துச் சாறாக்கிச் சட்டியில் வைத்த சரிதையைக் கொக்கடித்த குமரன் கதையாக வேடன் விரித் துரைக்கும் முறை வியக்கத்தக்கதாகும்.

இங்ஙனம் வேட்டையிற் கைதேர்ந்த முருகன் குன்றக் குறவரது மனையிலே வளர்ந்து தினைப் புலங் காத்த வள்ளியை வேட்டு மணந்தது இயல்பேயன்றோ? ஆறுநாள் அரும்பாடுபட்டுப் பெருங் கொக்கடித்து அடியார்தம் அல்லல் தீர்த்த குமரனுக்கு வள்ளியை வாழ்க்கைத்துணைவியாகக் கொடுத்து, வளமார்ந்த மலையையும் குறவர் தனமாய் வழங்கினார்கள். இவ்வுண்மையை,

"வெள்ளிமலைக் குறவன்மகன்
பழனிமலைக் குறவன்எங்கள் வீட்டிற்
கொண்ட வள்ளிதனக் கேகுறவர் மலையாட்சி
சீதனமாய் வழங்கினாரால்"

என்று ஒரு குறவஞ்சி நயமாகக் கூறிப் போந்தாள். வேடர் மருகனா யமைந்த முருகன் வேட்டகத்தில் விரும்பியுறைந்து குறிஞ்சிநிலக் குரிசிலாக விளங்குகின்றான்.

12. குறத்தியும் குறியும்

குறிஞ்சி நிலத்தில் வாழும் குறத்தியர் குறிசொல்லும் வழக்கம் நெடுங்காலமாகத் தமிழகத்தில் நிலவிவருகின்றது. கைக்குறியும் மெய்க்குறியும் பார்த்து முக்காலச் செய்தியையும் முறையாகக் கூறும் திறம் குறத்தியர்பால் உண்டென்று முற்காலத் தமிழ் மாதர் கருதினர். திருக்குற்றால மலைக் குறிச்சியில் வாழ்ந்த சிங்கன் மனைவி குறி சொல்லப் புறப்பட்டாள்; தன் மலையின் சிறப்பினைப் புகழ்ந்து பாடிப் பன்னாள் வழி நடந்து பாண்டியன் தலைநகராகிய மதுரைமா நகரையடைந்தாள்.

மாடவீதியிற் பாடிப்போந்த குறவஞ்சியைக் கண்ட நகர மங்கையர் அவளைச் சூழ்ந்து குழுமினர். அன்னவருள் அழகிற் சிறந்து விளங்கிய அங்கயற்கண்ணியைக் குறவஞ்சி அமர்ந்து நோக்கி 'அம்மே! ஒரு காலம் கஞ்சியும், ஒரு சிரங்கை எண்ணெயும், ஒருடையும் தந்தால் உன் உள்ளத்தில் உள்ளதெல்லாம் உள்ளபடி உரைப்பேன்; முக்காலத்தையும் முறையாக வகுத்துப் பார்த்து, வருங்கால நலங்களைத் திறம்படப் பகர்வேன்' என்று நேர்மையாகக் கூறினாள். மாறன் குடியிற் பிறந்த அம் மங்கை மாற்றமொன்றும் உரையாது புன்முறுவல் பூத்துநின்றாள். அப்பொழுது குறமாது தன் வழிபடு தெய்வத்தை வணங்கி, அங்கயற்கண்ணியின் செங்கமலக் கையினைக் கூர்ந்து நோக்கிக் குழைந்து தலையசைத்துக் குறி சொல்லத்தொடங்கினாள்.

"மாறாமல் இருநிலத்தில் அறம்வளர்க்குங் கையே
மனையறத்தால் அறம் பெருக்கித் திறம்வளர்க்குங் கையே
விற்க நவநிதியம் விளையுமிந்தக் கையே
மேன்மேலும் பாலமுதம் அளையுமிந்தக் கையே
ஆறுத சனங்கள்பசி ஆற்றுமிந்தக் கையே
அணங்கனையார் வணங்கிநித்தம் போற்றுமிந்தக் கையே

பேற்க நன்னகரம் காக்குமிந்தக் கையே
பிறவாத நெறியார்க்கே ஏற்குமிந்தக் கையே"

என்று அக்கையின் சிறப்புரைத்து, கண்ணில் அதனை எடுத்தொற்றிக் களிப்புற்று நின்றாள். அங்கயற்கண்ணியைச் சூழ்ந்து நின்று குறுநகை செய்த சிறுமியர் அச்சொல்லை நம்புமாறு குறவஞ்சி தன் குலப்பெருமை கூறலுற்றாள்.

'கன்னிமாரே! வழி வழியாகக் குறி சொல்லும் என் குலத்தினர் சொன்னது சொன்னபடியே பலிக்கும். திருமாலின் தேவியாய்த் திருமகள் விளங்குவாள் என்று என் பாட்டி குறி சொன்னாள். கமலத்தில் வாழும் அயனைக் கலைமங்கையே மணப்பாள் என்று என் பெரி யம்மை குறி பகர்ந்தாள். இந்திரனை மணத்தற்குரியவள் சுந்தரியே என்று என் தாய் இனிதாகக் குறி பார்த்துக் கூறினாள். இம்மூவரும் சொல்லிய குறி சொல்லியவண்ணமே பலித்தது. இன்னும் தடாதகைப் பிராட்டி இத்தரணியிற் பிறந்த பொழுது நான் அவள் முகக்குறி கண்டு அவள் உலகமுழுதாள்வாள் என்றேன். பின்பு அம்மங்கையின் கைக்குறி பார்த்து, பிறை சூடும் பெருமானே அவள் மணவாளப் பிள்ளையாவான் என்றேன். பின்னும் அம்மங்கையின் மெய்க்குறி கண்டு அவள் வயிற்றில் ஆண் பிள்ளை பிறந்து அரசாளும் என்றேன். நான் சொன்ன குறியெல்லாம் சொன்னபடி பலித்தது. ஆதலால் என் சொல்லில் எள்ளளவும் ஐயம் வேண்டாம், அம்மே என்று குறவஞ்சி நேர்மையாயுரைத்த செய்தி கேட்டு அங்கயற் கண்ணி பெருமகிழ்ச்சியுற்றாள்; மாளிகைக்கு அவளை அழைத்துச் சென்றாள்; அங்கு கன்னிமாடத்தில் விரையாலே தரை மெழுகிக் கோலமிட்டு, நிறை நாழி வைத்து, மலர்க் கரத்தைக் காட்டிக் குறி கேட்கலுற்றாள். மங்கையின் கரத்தினை மகிழ்ந்து நோக்கிய சிங்கி வருங்காலச் சிறப்பையெல்லாம் வண்ணமாக எடுத்துரைத்தாள். மனக்கினிய குறி கேட்டு மகிழ்வுற்ற அங்கயற்கண்ணி பட்டும் பணியும், முத்தும் பவழமும் பரிசாகக் கொடுத்தாள். மன்னன் திருமகள் வழங்கிய பரிசை வணங்கியேற்ற சிங்கி பட்டாடையைச் சுற்றி உடுத்தாள்; நல்லணிகளை நலமுற அணிந்தாள்; செம்மாந்து

வழி நடந்து தெம்மாங்கு பாடி மீண்டும் குற்றாலமலைக் குறிச்சியை நண்ணினாள். அங்கு அவள் கணவனான சிங்கன் பன்னாள் ஊர் சுற்றி வந்தடைந்த சிங்கியின் புத்தழகைக் கண்டு வியந்து,

"இத்தனை நாளாக என்னுடன் சொல்லாமல்
எங்கே நடந்தாய் நீ சிங்கி"

என்று வினவினான். சிங்கன் மனத்திலெழுந்த ஆர்வத்தை நன்கறிந்த சிங்கி,

"கொத்தார் குழலார்க்கு வித்தார மாகக்
குறி சொல்லப் போனனடா சிங்கா"

என்று மாற்றமுரைத்தாள். அடி முதல் முடி வரை தன் மனைவி அணிந்திருந்த புதிய கோலத்தைப் பொருந்த நோக்கிய சிங்கன்,

"இல்லாத சுற்றெல்லாம் எங்கே படித்தாய் நீ சிங்கி"

என்று நயந்து வினவினான். கணவன் வியப்பினைக் கண்டு களிப் புற்ற மாது,

"நாட்டில் நல்லாரைக் காண்பவர்க் கெல்லாம் வருமடா சிங்கா"

என்று கட்டுரை கூறினாள். பரிசு பெற்று வந்த சிங்கியை மீண்டும் குற்றாலக் குறிச்சியிலே கண்ட குறமாதர் ஆனந்தக் களிப்புற்று

"வஞ்சி வந்தனளே மலைக்குற வஞ்சி வந்தனளே
மெய்க்குறி கைக்குறி விழிக்குறி மொழிக்குறி எக்குறி
யாயினும் இமைப்பினில் உரைக்கும் வஞ்சி வந்தனளே
மலைக்குற வஞ்சி வந்தனளே"

என்று சீராட்டிப் பாராட்டினார்கள்.

13. முருகனும் முழுமதியும்

அந்தி மாலையில் விண்ணிலே எழுந்த முழுமதி எங்கும் வெண்ணிலா விரித்தது. பொய்கையிலமர்ந்த பூங்குமுதம் முகை நெகிழ்ந்து தேன் துளிர்த்து மலர்ந்தது. மலையத் தெழுந்த தென்றல் மெல் லெனத் தவழ்ந்து நறுமணம் கமழ்ந்தது.

சேயைக் கண்ட தாய் போல் நீலத்திரை கடல் பொங்கியெழுந்து ஆர்த்தது. இத்தகைய அழகு வாய்ந்த அந்திப்பொழுதில் தென்மலைச் சாரலில் மகிழ்ந்து விளையாடிய முருகனென்னும் குமரன், குறுகுறு நடந்து சிறுகை நீட்டி விண்ணிலே ஊர்ந்த வெண்மதியின் அழகினைக் கண்டு முக மலர்ந்து அளவிலா இன்பமுற்றான். குளிர்மதியும் குறுநடை பயிலும் முருகனைக் கூர்ந்து நோக்கி நகைமுகம் காட்டுவதாயிற்று. தன்னை நோக்கி முகமலர்ந்த தண்மதியை முருகன் அருகேபோந்து விளையாட அழைத்தான். மழலை மொழிகளால் நெடும்பொழுது வருந்தி யழைத்தும் வான்மதி வாராதிருக்கக் கண்டு குமரன் கண் பிசைந்து அழுது கரைந்தான்.

இளநலம்வாய்ந்த குமரன் விம்மித் தேம்பி அழுவதைக்கண்டு ஆற்றாத முனிவர் ஒருவர் அவ்விடம் விரைந்து போந்து வெள்ளை மதியில் ஊன்றிய பிள்ளையின் கருத்தை மாற்றப் பலவாறு முயன்றார். ஆயினும் முருகன் கண்ணும் கருத்தும் பிற பொருள்களிற் செல்லாப் பெற்றி கண்டு விண்மதிக்கு நன்மதி புகட்டலுற்றார். 'வெண்ணிலா வீசும் விண்மதியே! முருகனைப்போலவே நீயும் அமுதமயமாய் விளங்குகின்றாய்; கண்டோர் கண்ணையும், மனத்தையும் குளிர்விக்கின்றாய். குமுத வாய் திறந்து குளிரொளி விரிக்கின்றாய்; உயிராய் பயிர் தழைக்க உயரிய அருள் சுரக்கின்றாய். இவ்வாறு பல கூறுகளில் முருகனை நிகர்க்கும்

நீ அவனோடு விரும்பி விளையாட வாராய்' என்று முனிவர் நயந்து அழைத்தார்.

இங்ஙனம் ஒப்புமை காட்டி உவந்தழைத்தும் இறங்காத மதியின் நிலைகண்டு வருந்திய முனிவர், அதன் சிறுமை காட்டி இடித்துரைக்கத் தொடங்கினார். 'மாலை மதியே! சில கூறுகளில் நீ முருகனை ஒப்பாயெனினும், பல கூறுகளில் அவனுக்கு நீ நிகராகாய். முக்கட் பெருமானாகிய முதல்வனுக்கு நீ ஒரு கண்ணாய் அமைந்தாய்! முருகனோ கண்மணியாயமைந்தான். கலைகள் குறைந்தும், நிறைந்தும் நீ வேறுபடுகின்றாய். முருகனோ எஞ்ஞான்றும் கலைநிறைந்த கனியாய் இலங்குகின்றான். நீ புற இருளையே போக்க வல்லாய். முருகன் அகவிருளை அகற்றவல்லான். உலகில் நீ ஒருபால் ஒளிருங்கால் மற்றொருபால் ஒழிகின்றாய். முருகனோ அங்கிங்கெனாதபடி எங்கும் நிறைந்து விளங்குகின்றான். நீரிற் பூக்கும் குமுத மலர்களை நீ மலர் விக்கின்றாய். முருகனோ அன்பரது மன மலர்களைத் திறக்கின் றான். எனவே, உன்னிலும் அவன் உயர்ந்தவனல்லனோ? அன்னான் வருக என்றழைத்தால் வாராதிருக்க வழக்குண்டோ?' என்று முனி வர் இடித்துரைத்தார்.

இவ்வாறு வேற்றுமை காட்டிக் கட்டுரை கூறியும் முருகன் பெருமையை உணராது இறுமாந்திருந்த தண்மதியைப் பிறிதோர் உபாயத்தால் முனிவர் தெருட்டக் கருதினார். 'மறுவுற்ற குளிர் மதியே! உன்னை வருந்தி அழைக்கும் குமரன் திறத்தினை நீ அறிந்தாயல்லையே! கருநோயை வேரறுக்கும் முருகன் அருள்பெற்றால் உன் னைப்பற்றியுள்ள கறைநோய் கடுகி ஓடுமே! இருள்சேர் இருவினையுந் துடைத்து அந்தமில இன்பத்து அழியா வீடுந் தரவல்ல முருகனுக்கு உன்பாலமைந்த மறுவினை யகற்றுதல் அரிதாமோ! கரவாது தொழும் அன்பர் கண்ணெதிரே தோன்றித் தண்ணளி சுரந்து வரங் கொடுக்கும் கண்கண்ட பெருந்தெய்வம் முருகனல்லால் உலகில் வேறுண்டோ?' என்று செம்பொருளாய குமரன் பெருமையைச் செவ்வனே உணர்த்தினார். எனினும், முனிவர் பரிந்துரைத்த மொழிகளை வெண்மதி ஏற்றானல்லன்.

சாம பேத தானங்களால் தண்மதியை வெல்ல இயலாத முனிவர் தண்டத்தைக் கையாளத் தலைப்பட்டார். 'குறையாகிப் பிறையாகி மிளிரும் குளிர்மதியே! இக்குமரன் ஆற்றலை நீ அறியாய் போலும்! இப்பிள்ளைப் பெருமான் குன்றமெறிந்தான்; குரை கடலிற் சூர் தடிந்தான்; குலிசனைச் சிறையிலிட்டான்; இவ்வேலனைப் பாலன் என்றெண்ணி இகழ்ந்த சூரன் பட்டபாட்டை நீ அறியாயோ? இன்னும் தக்கன் வேள்வி கட்டழிந்த நாளில் நீ மானங் குலைந்ததை மறந்தனையோ? வலிமை சான்ற வேலன் பொருமி அழுது அரற்றுவான். அத்துயர் கண்டு தரியாது இளையனாகிய வீரவாகு பொங்கி எழுவான். அவன் சீற்றத்தை மாற்ற எவராலும் இயலாது. ஆத லால் முருகன் அன்புகூர்ந்து அழைக்குங்கால் அவனுடன் வந்து விளையாடுதலே உனக்கழகாகும் என்று முனிவர் அறிவுறுத்தினார்.

முனிவர் மொழிகளைச் சிறிதும் நெஞ்சிற் கொள்ளாது செருக்குற்று விண்ணிலே தவழ்ந்துசென்ற விண்மதியையும், அம்மதியை மறந்து மற்றொன்றைக் கருத மனமற்றிருந்த முருகனையும் கண்ட முனிவர் செய்வதொன்றறியாது சிந்தனையில் ஆழ்ந்திருந்தார்.

அந்நிலையில் முருகனை வீட்டிற் காணாத அவன் தந்தை, 'முருகா, முருகா' என அழைத்துக் குன்றின் சாரலை வந்தடைந்தார். ஆங்கோர் கரும் பாறையின் மீது முனிவரும் குமரனும் அமர்ந்திருக்கக் கண்டார். அருமந்த முருகனை விரைந்தெடுத்து ஆர்வமுற அணைத்துக் கண்ணீர் துடைத்து அழகொழுகும் அவன் திருமுகத்தை அமர்ந்து நோக்கி, 'என் கண்ணே! கண்மணியே! நீ ஏன் அழுதாய்? தேனும் தினையும் வேண்டுமா? பாலும் பழமும் வேண்டுமா? என்று விருப்புடன் வினவி முத்தமிட்டார். முத்தமிட்டு நிமிர்ந்து அத்தனது சடையிலமைந்த பிறை மதியை முருகன் கண்டுகொண்டான். தன் விருப்பத்திற்கிணங்கி விண்ணினின்றிழிந்த தண்மதியைக் கண்டு உள்ளம் தழைத்தான். தந்தையின் தோளிலமர்ந்து கற்றைச் சடை யின் மீதிலங்கிய குழவித் திங்களைத் தன்னிளங்கரத்தால் வளைத் திழுத்தான். தண்மதியைச் சார்ந்த

முருகனது இளநலம் முன்னிலும் சிறந்து இலங்கிற்று. விண்மதியின் தண்மையையும் வெண்மை யையும் கண்டு முருகன் மனங் களித்தான். மதியின் வட்ட வடிவத்தைத் தன் முகத்தோடு ஒட்டிப் பார்த்தான். அதன் மேனியிலமைந்த மறுவைத் தன் மலர்க்கரத்தால் துடைத்தான். மதியுடன் விளையாடிய மைந்தனைக் கண்டு தந்தையார் மனங் குளிர்ந்தார். இறையனார் செயல்கண்டு இன்பக் கண்ணீர் சொரிந்த முனிவர், 'யாவர்க்கும் முன்னவனே முன்னின்றால் முடியாத பொருளுளவோ என்று பாடிப் பரவினார்.

14. பள்ளரும் பள்ளியரும்

வேளாண்மை என்னும் விழுமிய தொழிலில் தலைசிறந்த நாடு தமிழ்நாடாகும். வேளாளர் அணிவயலில் நாற்றுமுடி தழைக்கு மாயின் நாடாளும் மன்னரது மணிமுடி தழைக்குமென்று வேளாண் மையின் பெருமையைப் புகழ்ந்த நாடு தமிழ்நாடாகும். இன்னும் பாராளும்.. வேந்தரது செங்கோலை நடத்துங் கோல் வேளாளர் ஏரடிக்கும் சிறு கோலே என்று அறிந்து போற்றிய நாடு தமிழ்நாடே யாகும். நன்செய் நிலத்தைப் பண்படுத்திப் பருவத்தில் நீர் பாய்ச் சிப் பயிர்செய்யும் பணியாளர் பள்ளர் என்றும் மள்ளரென்றும் தென்னாட்டில் அழைக்கப்படுவர். வேளாண்மைக்கு மழையின்றி இல்லையாதலின் மழை பொழியும் கார்மேகத்தைக் காணும்பொழுது அன்னார் ஆடிப்பாடி அகங் களிப்பர். விண்ணிலே உலாவும் வெண் ணிற மேகம் நீராவியை ஏற்றுக் கருநிறமுற்று மரங்களடர்ந்த மலைகளைச் சார்ந்து மழை பொழியும் தன்மையை மள்ளர்கள் நன்கறிவார் வானத்தில் மழைக் குறிகள் தோன்றும் பொழுது ஆற்றில் வெள்ளம் பெருகிவருமென்று அறிந்து துள்ளி மகிழ்வார்கள்.

"ஆற்று வெள்ளம் நாளைவரத் தோற்றுதே குறி-மலை
ஆளமின்னல் ஈழமின்னல் சூழமின்னுது
நேற்று மின்றும் கொம்புசுற்றிக் காற்றடிக்குது - கேணி
நீர்ப்படு சொறித்தவளை ஆர்ப்பரிக்குது
சேற்று நண்டு சேற்றைக் கிள்ளி ஏற்றடைக்குது-மழை
தேடியொரு கோடிவானம் பாடியாடுது
போற்றுதிரு மாலழகர்க் கேற்றமாம் பண்ணை-சேரிப்
புள்ளிப்பள்ளர் ஆடிப்பாடித் துள்ளிக்கொள்ளுமே"

மேற்றிசையிலும் கீழ்த்திசையிலும் மின்னுகின்றது. நேற்றும் இன்றும் காற்றுச் சுழன்று வீசுகின்றது. கேணியிலுள்ள சொரித்தவளை கத்துகின்றது. சேற்றில் வாழும் நண்டு, வளையின் வாயிலை ஏற்றடைக்கின்றது. வானம்பாடிப்

பறவை வட்டமிட்டு ஆடுகின்றது. ஆதலால் 'இன்று மலையில் மழை பொழிந்து நாளை ஆற்றில் வெள்ளம் வரும்' என்று பள்ளர்கள் அறிந்து மனங்களிக் கின்றார்கள். அவ்வண்ணமே தென்மலையில் மழை பெய்து பொருனை யாற்றிலும் சித்திரா நதியிலும் வெள்ளம் பொங்கிப் பெருகி வருகின்றது. காலையில் ஆற்றை நோக்கி விரைந்து சென்ற பள்ளர்கள், இரு கரையும் பொழிந்துவரும் புதுப்புனலின் அழகினைக் கண்டு மன மகிழ்ந்து சேரிப் பள்ளியரைக் கூவி யழைத்து வெள்ளத்தின் பெருமையை வியந்து ரைக்கின்றார்கள்.

பொதியமலையிற் பிறக்கும் பொருனையாறும், திருக்குற்றால மலை யிற் பிறக்கும் சித்திரா நதியும், சங்கரன் கோவிலுக்கருகே தோன்றும் செண்பகக்கோதை யாறும் கலந்து ஒன்றுகூடும் இடத்திலமர்ந்த சிற்றூர் முக்கூடல் என்று பெயர் பெறுவதாகும். பெரியாற்றிலும் சிற்றாற்றிலும் பெருகிவரும் வெள்ளம் முக்கூடலிற் கலந்துகூடும் காட்சியை,

"குற்றாலத் திரிகூட மால்வரை உற்றே மேகம் பொழிந்த நீர்
கூடித் பொருனை நாடித்திருமுக் கூடற்பதியை வலங்கொண்டே
வற்ற மடுவில் பரவைகுரவை வாளைகோளை தேளிமீன்
மயிந்தி உளுவை பயிந்திகூளி மணலியாறு லோறுமீன் பற்று
அசரைமச்ரை கெளிறு பருவராலும் அணையிலே
பாயக்காலில் பாயக்குளத்தில் பாய்வயலிற் பாயவே
சிற்றுறென்பது பெற்றாலுமொரு சிறியவர்மனப்
பெருமைபோல்
சித்ராநதி பெருகிவார சித்ரம் பாரும் பள்ளியரே"

என்று பள்ளர்கள் வியந்துரைக்கின்றார்கள். சிற்றாறென்னும் பெயரமைந்த சித்ரநதியில் பெருகிவரும் புதுப்புனல், பெரியாறென்னும் பொருனை நதியோடு கலக்குமிடத்தில் ஆற்று மீன்கள் கரையில் துள்ளி விழுந்து, மணலிற் புரண்டு, மீண்டும் நீரிற்பாய்ந்து விளையாடு கின்றன. வாளையும் வராலும், கெண்டையும் கெளிறும்,பரவையும் குரவையும், வெள்ளத்தில் புரண்டு களிக்கின்றன. இத்தகைய ஆற்று நீர்

கால்வழிப்போந்து குளத்தில் நிறைந்து வயலிற் பாய்கின்றது. பள்ளர்கள் நல்ல நாளும் பொழுதும் பார்த்து ஏர் பூட்டிப் பண்ணை நிலத்தை உழுது பண்படுத்துகின்றார்கள்.

"உழுத உழவைக் கண்டு களித்தான் பள்ளர்
உள்ளபேரை யெல்லாம் விளித்தான் தொழுது
தெய்வக்கடன் கழித்தான்—பள்ளன்
தொளியில் விதைகளெல்லாம் தெளித்தான்"

என்று முக்கூடற் பள்ளுக் கவிஞர் பள்ளன் பணியைப் பாங்குற எழுதிப்போந்தார். பண்ணை நிலத்தை உழவர் பண்புற உழுத பான்மை கண்டு பள்ளன் மனமகிழ்கின்றான்; செவ்வையாக உழுத உழவரை அருமையாக அழைக்கின்றான்; பயிர் செழித்தோங்குமாறு பரமனைத் தொழுகின்றான்; தொளிப் பருவத்தில் விதையைத் தெளிக்கின்றான். இவ்வாறு பண்ணை வயலிற் பணிசெய்து பள்ளன் சேரிக்குச் செல்கின்றான். சிலநாள் சென்றபின்பு விதைத்த வயலைச் சுற்றிப்பார்க்க வருகின்றான். வயலெங்கும் நெல்முளை கிளம்பியிருக்கக் கண்டு மனங் களிக்கின்றான்.

"முளைத்த முளைக்குத் தண்ணீரடைத்தான் - கொல்லை
முழுதும் மறுநாள் வெட்டி விடுத்தான்
வளைத்து வேலிசூடி நட்டான்-நாற்று
வளர நாளும் எரு விட்டான்"

என்று கவிஞர் கூறுமாறு பள்ளன் முளைத்த முளைக்குத் தண்ணீ ரடைக்கின்றான். நீர்கட்டி நின்று முளை அழுகாதவாறு அதிக நீரை வெட்டி வடிக்கின்றான். வளரும் முளையை விலங்குகள் மிதித்து வருத்தா வண்ணம் நாற்புறமும் வேலி யடைக்கின்றான். இவ்வாறு நாற்று நன்றாக வளருமாறு நாள்தோறும் எரு விடுகின்றான். கண்ணுங் கருத்துமாய்ப் பள்ளன் பார்த்து வளர்க்கும் பயிர், நாளுக்கு நாள் உயர்ந்தெழுந்து தழைக்கின்றது. ஏராலே சேறாக்கி, எருவாலே உருவாக்கிய செம்மை கண்டு பள்ளன் இன்புறுகின்றான்.

பசுமை நிறம் வாய்ந்த பயிர்முகங் கண்டு மனங் களிக்கின்றான்.

"வளர்ந்த நாற்றுமுகம் கண்டான்-சேரி
மள்ளர் கூடமது உண்டான் அளந்திடா
மகிழ்ச்சி கொண்டான்-பண்ணை
ஆண்டவர்க்குச் செய்தி விண்டான்"

நாற்றுமுகங் கண்டு நயப்புற்ற பள்ளன் சேரிப் பள்ளருடன் சேர்ந்து மது வருந்துகின்றான். நாளொரு மேனியும் பொழுதொரு வண்ணமுமாக நாற்று வளரும் செய்தியைப் பண்ணையார்க்குத் தெரிவிக்கின்றான்.

இவ்வாறு செழித்து வளர்ந்த நாற்றைப் பருவத்தில் பறித்துப் பண்படுத்தப்பட்ட வயல்களில் பதிப்பது வழக்கம். நடுகை தொடங்கு முன்னே முக்கூடல் அழகர் பதத்தை வந்தித்துத் துதித்து, நாற்று முடியை எடுத்து நெற்றியில் வைத்து நான்கு திசையும் நோக்கி வணங்கிக் கூட்டமாய் நின்று குரவையிட்டுப் பயிர் நெருங்காமலும் கலந்துபோகாமலும் நடுகின்றார்கள்.

"படைகொண்டே வருகரனையும்-பொரு
விடையும் சேர் திரிசிரனையும்
பண்டுமுடித்த கணையினார் - குகன்
கண்டு பிடித்த துணையினார் குடைகுன்றப்
பசுக்கிடை நின்றார் - மூக்
கூடல் அழகர் வயலுள்ளே"

அங்குமிங்கும் அசைந்து பள்ளியர் நாற்றைப் பதிக்கும் பான்மை அழகுவாய்ந்ததாகும். கானகத்தில் கடும்படைகொண்டு எதிர்த்த சரனையும், ஏறுபோல் எழுந்த திரிசிரனையும், வில்லம்பால் அழித்த அழகர் ஆழநீர்க் கங்கையில் ஓடஞ் செலுத்திய ஏழை லேடனை ஏற்று 'அருமையில் எளிய அழகினை'க் காட்டிய கதையையும், கோவர்த்தனகிரியைக் குடையாய்ப் பிடித்துக் கோவலரைக்

காத்த முறையையும் நாவாரப்பாடி நாற்றுமுடியைப் பள்ளியர் நடுகின்றார்கள். இன்னும்,

"கடிக்கும் அரவில் நடிக்கும் இறைவர்
கஞ்சனார்க் கொரு நஞ்சனார்
கடையும் அழதம் உடையுந் திரையில்
காட்டி அண்டருக் கூட்டினார் அடிக்குள்
அடங்கும் படிக்கு முதல்வர்
அழகர் முக்கூடல் வயலுளே"

பள்ளியர் நாற்றை நட்டுக் கரையேறுகின்றார்கள்.

முக்கூடற்பதியில் வாழையடி வாழையெனப் பழங்குடியில் வந்த வடிவழகக் குடும்பனுக்கு வாய்த்த பள்ளியர் இருவருள் மூத்த பள்ளி முக்கூடலாள்; இளைய பள்ளி மருதூராள்.

முன்னவள் வைணவப் பள்ளி; பின்னவள் சைவப் பள்ளி. நடுகைக் காலத்திற் கும் அறுவடைக் காலத்திற்கும் இடைப்பட்ட மாதங்களில் இரு பள்ளியரும் இகலிப் பேசுவது வழக்கம்.

மாமன் மகள் என்னும் முறைபற்றி அழகன் மணந்த மூத்த பள்ளி ஒட்டுத்தாலி கட்டிய இளையாளை நோக்கி,

"வழக்கிட்டு வந்தேனோ மருதூர்ப்பள்ளி-பள்ளன்
மாமன்மகள் என்றென்னை மறித்துக் கொண்டான்"

என்று பெருமை பேசினாள். அதற்கு மாற்றம் உரைக்கப் போந்த மருதூர்ப் பள்ளி,

"உழக்கில் கிழக்கு மேற்கோ முக்கூடற்பள்ளி-மறித்துக்
கொண்டான் என்னைக் கண்டென் ஊரிலே வந்தான்"

என்று அழகக் குடும்பன் வலிய வந்து தன்னை மணந்த மாண்பினை எடுத்துரைத்தாள். இவ்வாறு எழுந்த பூசல் இருவரும் வழிபடும் இறையவர் மீது பாய்ந்தது. கூடலழகரைக் கும்பிடும் மூத்த பள்ளியும், மருதூர் ஈசனை

வழிபடும் இளைய பள்ளியும் ஒருவரை யொருவர் ஏசும் முறை இன்பம் விளைப்பதாகும். செஞ்சடை வானவன் நஞ்சுண்டு பிழைத்ததும், மாயவன் மண்பிசைந்துண்டதும் பள்ளியர் சண்டையில் வெளிப்பட்டது.

"நாட்டுக்குள் இருந்துபசிக் காற்றமாட்டாமல் வாரி
நஞ்சையெல்லாம் உண்டான் உங்கள் நாதனல்லோடி"

என்று முக்கூடற் பள்ளி பழித்துரைக்கக் கேட்டு முனிவுற்ற மருதூரச் சைவப் பள்ளி

"மாட்டுப்பிற கேதிரிந்து சோற்றுக்கில்லாமல் - வேறு
மண்ணையுண்டான் உங்கள்கடல் வண்ண னல்லோடி"

என்று மாயவனை இழித்துரைத்தாள். இன்னும் அவ்விறைவர் இரு வரும் ஏற்றமின்றித் திரிந்த எளிமையறிந்து பள்ளியர் இருவரும் ஏளனம் செய்யலுற்றார்.

"ஏறவொரு வாகனம் தானுமில்லாமல் - மாட்டில்
ஏறித்திரிந் தான் உங்கள் ஈசனல்லோடி"

என்று நரை வெள்ளே றூர்ந்த நாதனை மூத்தவள் பழித்துரைக்க,

"வீறுசொன்ன தென்னமாடு தானுமில்லாமல் - பட்சி
மீதிலேறித் திரிந்தானுங்கள் மாயனல்லோடி"

என்று பருந்திலேறிப் பறந்த திருமாலை இளையவள் பரிகசித்தாள். இவ்வாறு அரியையும் அரனையும் வரம்பின்றி ஏசிய பள்ளிகளின் பிணக்கறுத்து அழகக் குடும்பன் அரியும் சிவனும் ஒன்றென்னும் உண்மையை விளக்கிச் சேரியில் அமைதியை நிலைநிறுத்தினான்.

15. ஊர்ப்பெயர்களின் உருமாற்றம்

ஒரு நாட்டில் வாழும் மக்களின் பண்புகளையும், பழக்கவழக்கங்களையும் அறிந்துகொள்வதற்கு ஊர்ப்பெயர்கள் ஒரு சிறந்த கருவியாகும் என்பர். தமிழ் நாட்டில் வழங்கும் ஊர்ப்பெயர்கள் பெரும் பாலும் உருக்குலையாதிருப்பினும் சில அழகிய பெயர்கள் சிதைந்தும் பிறழ்ந்தும் தம் வனப்பிழந்திருக்கின்றன. காவிரியாற்றின் கரையில் கண்ணுக்கினிய தண்ணறுஞ்சோலையினடுவே நின்ற பழம்பதி மயிலாடுதுறை யென முற்காலத்தில் வழங்கலாயிற்று. பொன்னித் துறையில் மெல்லிய தோகையை விரித்தாடும் மயிலின் வண்ணம் அவ்வூர்ப்பெயரைக் கருதுவார் மனக் கண்ணெதிரே மிளிர்வதாகும்.

"பூவார் சோலை மயிலாடப் புரிந்துகுயில்கள் இசைபாடக்
காமர்மாலை யருகசைய நடந்தாய் வாழி காவேரி"

என்னும் வரிப் பாட்டுக்கிசைய அமைந்திருக்கும் ஊர்ப்பெயரைக் கண்டு அறிஞர் மனங்களிப்பர். செழுந்திரையலைத்துப் பரந்து ஒழுகும் பொன்னியாற்றின் தென்கரையில் நிரந்து மணங் கமழும் நெடுஞ்சோலையின் நடுவே மயிலாடுதுறை அமர்ந்திருந்த அழகினைத் திருஞானசம்பந்தர் தேவாரப் பாட்டிலெழுதிக் காட்டியுள்ளார். பிற்காலத்தில் அவ்வூர்ப் பெயர் மாயூரம் என்றும் மயூரபுரம் என்றும் வடமொழியிற் பெயர்த்தமைக்கப்பட்டது. வழக்காற்றில் அப்பெயர் கள் சிதைந்து மாயவரமாயின. இப்பொழுது வழங்கும் மாயவரம் என்னும் பெயரில் காவிரித் துறையிற் களித்தாடும் கலாப மயிலின் கோலத்தைக் காண்பது எளிதன்று.

தென் தமிழ் நாட்டிலுள்ள திருக்குற்றால மலைச்சாரலில் ஒரு சிற்றூர் அமைந்துள்ளது. இக்காலத்தில் பம்புளி என்று அவ்வூர்

அழைக்கப்படுகின்றது. குறிஞ்சி வளம் படைத்த அச்சிற்றூரில் செம் மாந்ததெங்கும் கமுகும் செழித்து உயரும்; வேங்கையும் மருதும் ஓங்கி வளரும்; தேமாவும் பலாவும் தீங்கனி உதிர்க்கும்; செண்பகமும் முல்லை யும் செழுமணம் கமழும்; வண்டும் குயிலும் பண்ணார்ந்த பாட் டிசைக்கும். இவ்வாறு இயற்கையன்னை களித்து நடம்புரியும் காமர் பூஞ்சோலையைப் 'பைம்பொழில்' என்னும் அழகிய பெயரால் பண்டைத் தமிழ் மக்கள் அழைத்தார்கள். பாநலமறியாப் பாமரர் நாவில் பைம்பொழில் நுழையாமையால் பம்புளி என்னும் பண்பற்ற பெயரை அவ்வூர் இன்று தாங்கி நிற்கின்றது.

சேர நாட்டின் கண்ணுள்ள ஒரு மலை ஏழில் மலை என்னும் பெயர் பெற்றிருந்தது. அம்மலையையும் அதைச் சான்ற நாட்டையும் ஆண்ட குறுநில மன்னரைத் தமிழ்க்கவிஞர் பாடியுள்ளார்கள். 'இருள்தீர் மணிவிளக்கத்து ஏழிலார் கோவே' என்று ஔவையார் அம்மலைநாட்டு மன்னனை விளித்துப் பாடிய பாட்டைத் தொகைநூல் களிற் காணலாம். ஏழில்மலையிலமைந்த சிறப்பெழுத்தாய ழகரத்தை ஒலிக்கமாட்டாத பொதுமக்கள் அதனை எலிமலையாக்கினர். எலிமலையைக் குறித்து வடமொழியில் ஒரு காவியம் எழுந்திருக்கின்றது. மன்னர் குலத்தை வேரறுப்பதாக வஞ்சினம் பூண்ட பரசுராமன் ஓர் அரசனைக் கொன்றான் என்றும், கருவுற்றிருந்த அவன் மனைவி தப்பியோடி ஒரு குகையில் ஒளித்திருந்தாள் என்றும், அங்கு யானையினளவினதாய ஓர் எலி தோன்றி அவளைக் கடித்து விழுங்க முயன்ற தென்றும், வீரக் கற்பரசியாய அம்மங்கை தன் கண்ணழலால் அவ் வெலியை எரித்து வீழ்த்தினாள் என்றும், அப்பேரெலி எரிந்து விழுந்த இடத்தில் எழுந்த பெருமலை எலிமலை எனப்பட்டதென்றும், அம்மலையில் அரசி ஈன்ற மைந்தன் மூசிக வம்சத்தின் முதல்வனாயினன் என்றும் அக்காவியம் கூறுகின்றது. சேரநாட்டுக் கடற்கரையில் வாணிகம் செய்யப்போந்த ஐரோப்பிய நாட்டினர்

எலிமலையை *Rat Mountain* என மொழிபெயர்த்து அமைத்துக்கொண்டார்கள்.

இன்னும், பழம் பெருமைவாய்ந்த தமிழ்நாட்டில் வடமொழிக் கதைகள் பரவியபொழுது பல ஊர்ப்பெயர்கள் தம் இயற்பொருள் இழந்து புதுப்பொருள் புனைந்தன. திரிசிரபுரம் என்று கற்றோராலும், திருச்சினாப்பள்ளி என்று பொதுமக்களாலும் அழைக்கப்படுகின்ற ஊர்ப்பெயரின் வரலாறு இவ்வுண்மைக்கு ஒரு சான்றாகும்.

தென்னாட்டில் தேவாரப் பாடல் எழுந்த காலமாகிய ஏழாவது நூற்றாண்டில் அவ்வூர் 'சிராப்பள்ளி' என்னும் பெயருடன் விளங்கிற் றென்பது திருஞானசம்பந்தர் திருவாக்கால் அறியப்படும். 'நன்றுடை யானைத் தீயதில்லானை' என்று தொடங்கும் நற்றமிழ்ப் பதிகத்தில் 'சிராப்பள்ளி' என்னும் பெயர், பதினொரு பாட்டிலும் அமைந்திருக்கக் காணலாம். தேவாரப் பாமாலைபெற்ற பதிகள் 'திரு' என்னும் அடைபெற்று விளங்கலாயின. அம்முறையில் பாடல்பெற்ற சிராப்பள்ளி திருச்சிராப்பள்ளி என்று வழங்கலாயிற்று. வடமொழியில் எழுந்த இராமாயணக் கதை தமிழ்மக்கள் கருத்தைக் கவர்ந்த பொழுது திருச்சிராப்பள்ளி அதனோடு தொடர்புறுவதாயிற்று.

இலங்கையில் வாழ்ந்த அரக்கர் குலத்தினர் சைவ சமயத்தினர் என்பது வடமொழிக் காவியத்தாலும், அதன் வழிவந்த கம்பர் காவியத்தாலும் நன்கு விளங்குகின்றது. இலங்கையர் கோன், 'ஈசனை இமையா முக்கண் இறைவனை' வழிபடும் இயல்பினன் என்று கம்பர் குறித்துள்ளார். 'இராவணன் மேலது நீறு' என்று அரக்கர்கோன் மேனியில் விளங்கிய வெண்ணீற்றைத் திருஞானசம்பந்தர் போற்றி யுரைத்தருளினார். அம்மன்னன் உடன்பிறந்தவருள் ஒருவனாய திரிசிரன் என்பான் விந்தியமலைக்குத் தென்பாலமைந்த தண்டக வனத்தைச் சார்ந்த இடங்களில் வதிந்ததாகத் தெரிகின்றது. முத்தலை வீரனாய் திரிசிரனும் அரக்கர் குலத்திற்குரிய சிவவழிபாட்டை மேற்

கொண்டிருந்தான். திரிசிரனைத் 'திரிசிரா' என்றும் வழங்குவதுண்டு. இத்தகைய வீரன் பெயரைத் திருச்சிராப்பள்ளியோடு சேர்த்துக் கவிஞர் கற்பனை விளைத்தார்கள். திரு என்னும் அடை திரி எனத் திரிந்தது. திரிசிராவின் பள்ளி திரிசிரபுரம் எனப்பட்டது. இப்பொழுது அவ்வூர்க்கு வழங்கும் 'திருச்சி' என்னும் நாகரிகப் பெயரிலுள்ள 'திரு' என்னும் பழைய அடையைப் பெயர்த்துவிட்டால் எஞ்சி நிற்கும் 'சிகரம்' ஒன்றே தற்காலத் தமிழுலகம் அதற்களித்த சிறப்பாகும்.

இனி, பழந்தமிழ் நூல்களிற் குறிக்கப்படும் 'அயிரை' என்னும் தமிழ்நாட்டு மலை பாரதக் கதையொடு தொடர்புற்ற வகையும் அறியத்தக்கதாகும். அயிரை யென்னும் மலையில் அமைந்த வீரத்தெய்வ மாகிய 'கொற்றவை'யைத் தமிழ்நாட்டுப் பெருமன்னர்கள் போற்றியுள்ளார்கள். அயிரை மலையைப் பொதுமக்கள் 'ஐவர்மலை' யென்று சிதைத்து வழங்கலாயினர். ஐவர்மலை யெனவே பாரதப் போரில் வெற்றிபெற்ற பாண்டவர் ஐவர்க்கும் உரிய மலை யென்று பாராட்டுவது கற்பனைத் திறனுடையார்க்கு எளிதாயிற்று. அயிரை மலையில் வீற்றிருந்த கொற்றவை ஐவர்மலையில் பாண்டவர்க்குத் தேவியாய பாஞ்சாலியாயினள். இவ்வாறே மாமல்லன் என்னும் பல்லவமன்ன னால் புதுப்பிக்கப்பெற்ற மாமல்லபுரம் என்னும் மணிப்பூம்பட்டினம் மக்கள் நாவில் மகாபலிபுரம் என்று மருவி, திருமாலடியால் அழிவுற்ற மகாபலி மன்னனொடு தொடர்புற்று விளங்குகின்றது. இங்ஙனம் பழைய சாடியில் புதிய மதுவை வார்த்துவைக்கும் முறை, புராணமியற்றும் புலவர்க்கும், புதுமை விளைக்கும் பொதுமக்களுக்கும் உரியதாகும்.

16. நல்லார் இணக்கம்

தமிழ்நாடு தழைத்தோங்கியிருந்த காலத்தில், கோப்பெருஞ் சோழன் என்னும் மன்னவன் சோழநாட்டை ஆண்டுவந்தான். காவிரிக்கரையிலமைந்த உறையூரைத் தலைநகராகக் கொண்டு செங்கோல் ஓச்சிய அவ்வளவன் புலவர் பாடும் புகழுடையவனாய் விளங்கினான்.

அக்காலத்தில் பாண்டிநாட்டிலமைந்த பிசிர் என்னும் சிற்றூரில் புலமைசான்ற ஆந்தையார் ஒருவர் இருந்தார். அவரைப் பிசிராந்தை யென்று அன்பர்கள் அழைத்தார்கள். கோப்பெருஞ்சோழனும், பிசிராந்தையாரும், வேறு வேறு நாட்டிலும், வேறு வேறு குலத்திலும் பிறந்தவராயினும் ஒத்த உணர்ச்சியுற்றமையால் உயரிய நண்பராயினர். சோழமன்னன், உறையூரில் அரசுவீற்றிருந்தான். ஆந்தை, பாண்டிநாட்டுப் பழம்பதியாகிய பிசிர் ஊரில் வாழ்ந்தார். அரசர் கோமான் வளவர் குலத்திற் பிறந்தவன். ஆந்தை ஆதன் குடியிற் பிறந்தவர். சோழன் பெருஞ்செல்வம் படைத்தவன். ஆந்தை அறிஞர்க்கு அணியாய் வறுமை பூண்டவர். இங்ஙனம் குலத்தாலும், நலத்தாலும், பிறவற்றாலும் வேறுபட்ட அரசனும் ஆந்தையும் உண்மைக் கேண்மைக்கோர் உயரிய சான்றாக விளங்கினர். இருவர் நண்பராதற்கு ஒருவரோடொருவர் நெருங்கிப் பலகாற் பழகுதல் வேண்டற் பாலதன்றென்றும், ஒத்த உணர்ச்சியே நட்பென்னும் உரிமையைப் பயக்குமென்றும் தமிழ்மறை அருளிய வாய்மைக்கு அரசனும், ஆந்தையும் சிறந்த எடுத்துக்காட்டாக அமைந்தார்கள்.

கோப்பெருஞ்சோழன் தன்பால் வைத்த தலையாய அன்பின் திறமறிந்த ஆந்தையார், ஒருநாள் மாலைப் பொழுதில் ஆகாய வழியே விரைந்து சென்ற ஓர் அன்னத்தை நோக்கிப் பகர்ந்த அழகிய மொழிகள் நேயம் நிறைந்த அவன் நெஞ்சின் நீர்மையை நன்குணர்த்துவனவாம். வளமார்ந்த

குமரித்துறையில் அயிரைமீன் அருந்தி மாலைப் பொழுதில் தன் மனை நோக்கிச் சென்ற ஓர் ஆண் அன்னத்தைக் கண்ட ஆந்தையார், 'அன்னமே! அன்னமே!! வளமார்ந்த குமரித் துறையில் நீ அயிரைமீன் அருந்தி வடமலையிலுள்ள உன் மனையை நோக்கி ஏகுவாயாயின் ஒன்று சொல்வேன் கேள்!நீ செல்லும் வழியில் சோழநாடு அமைந்திருக்கின்றது. அந்நாட்டின் தலைநகராய கோழி என்னும் உறையூரில் ஓங்கி உயர்ந்த அழகிய மாளிகையில் சோழ மன்னன் வாழ்கின்றான். அவ்வரண்மனையின் வாயில்காப்போனைக் கண்டஞ்சாது நேராக மாளிகையின் உள்ளே நீ சென்றால் கோப்பெருஞ் சோழனென்னும் எனது கோமானைக் காண்பாய் அவன் முன்னே நின்று, வளவனே ! நான் பிசிர் என்னும் ஊரிலுள்ள ஆந்தையின் அடியுறை என்று சொல்வாயாயின், மனமகிழ்ந்து அன்பார்ந்த நின் பேடை அணிதற்குரிய நல்லணியை அம்மன்னன் உனக்கு நயந்தளிப்பான்' என்றுரைத்த அருமைசான்ற மொழிகளில் அரசனும், அப்புலவரும் உயிர்நண்பராய் அமைந்திருந்த தன்மை நன்கு விளங்கும்.

நெடுங்காலம் உறந்தையில் வாழ்ந்து மன்னுயிரைக் காத்து வந்த மன்னவன், முதுமை வந்துற்றபொழுது தன்னுயிர்க்கு உறுதுணையாய் தவம்புரியக் கருதி நாடும் செல்வமும் துறந்து கானகம் சேர்ந்தான். இவ்வாறு சோழன் அருந்தவம் புரியப் போந்தான் என்று அறிந்த ஆந்தையார் தாமும் உற்றார் உறவினரை நீத்துச் சோழன் இருந்த சூழலை நோக்கி நடந்தார். ஆருயிர் நண்பனாகிய ஆந்தை தம்மைத் தேடிவருதல் ஒருதலையென்றுணர்ந்த அரசன் தன் அருகிருந்த சான்றோரை நோக்கி 'அன்பரே! என் உயிர்க்குயிராய் உள்ளவன், தென்னவன் நாட்டில் அமைந்த பிசிர் என்னும் சிற்றூரிலுள்ளான். செல்வச் செழுமையுற்று நான் வாழுங்காலத் தில் அவன் வாராதிருப்பினும் இவ்வல்லற்காலத்து ஈங்கு வாராது ஆங்கு நில்லான்' என்று அறிவுறுத்தி ஆவி சோர்ந்தான்.

காடும் நாடும் காலினாற் கடந்து ஆந்தையார் சோழன் தங்கி யிருந்த சூழலை வந்தடைந்தபொழுது, அவன் ஆவி

துறந்தானென் றறிந்தார். அந்நிலையில், அன்பனைப் பிரிந்திருக்க ஆற்றாத ஆந்தையார் உண்ணா நோன்பினை மேற்கொண்டு உயிர் துறந்தார்.

இவ்வாறு ஒத்த உணர்ச்சியுடையார் உயரிய நண்பராய் வாழும் உண்மைக்கு ஒரு சான்று காட்டினார் கவியரசராய கம்பர். வானர நாட்டு வேந்தனாகிய சுக்கிரீவனும், இலங்கை வேந்தன் தம்பியான விபிஷணனும் பலவகை வேற்றுமையுற்றவர். முன்னவன் வானர நாட்டிற் பிறந்தவன். பின்னவன் இலங்கை நாட்டிற் பிறந்தவன். முன்னவன் அரிக்குலத்தினன். பின்னவன் அரக்கர் குலத்தினன். முன்னவன் வெண்ணிறம் வாய்ந்தவன். பின்னவன் கருநிறம் வாய்ந்தவன். எனினும் இருவரும் ஒத்த உணர்வுடையராய் இருந்தமை யால் உள்ளம் ஒன்றி உயரிய நண்பராயினர்.

"தொல்லருங் காலமெல்லாம் பழகினும் தூயரல்லார்
புல்லலர் உள்ளத்தூயார் பொருந்துவர் எதிர்ந்தஞான்றே
ஒல்லைவந் துணர்வும்ஒன்ற இருவரும் ஒருநாளுற்ற
எல்லியும் பகலும்போலத் தழுவினர் எழவிற்றேளார்"

என்றார் கவியரசர்.

முன்பு ஒருவரை ஒருவர் கண்டு அறியாத அரிக்குல வேந்தனும், அரக்கர்குல அறிஞனும் அறம் நிரம்பிய மனத்தினர் ஆதலாலும், தம் பிறப்பினால் வந்த புன்மை தீருமாறு அறநெறியாக நின்ற அஞ்சன வண்ணனோடுறவு பூண்டமையாலும் இருவர் உணர்வும் ஒன்றுபட்ட தென்றும், அந்நிலையில் ஒருவரையொருவர் எதிர்ப்பட்டமையால், பலநாட் பழகிய பான்மையாளர் போல் இருவரும் ஒருவரையொருவர் தழுவினரென்றும் இனிதெடுத்துரைக்கும் கம்பர் கவியில் நட்பின் பான்மை நன்கிலங்குவதாகும்.

இன்பமும் துன்பமும் கலந்த இவ்வுலக வாழ்க்கையில் இன்பத்தை நிறைப்பதற்கும் துன்பத்தைக் குறைப்பதற்கும் இனிய துணைவர் வேண்டும் என்று அறிந்தோர் கூறுவர். இன்ப நிகழ்ச்சிகளைக் குறித்து நண்பருடன் நாம் கலந்து

பேசுங்கால் நம் மனத்தில் மகிழ்ச்சி பெருகுகின்றது. துன்ப நிகழ்ச்சிகளை நண்பரிடம் சொல்லி ஆற்றுதலால் நம் மனத்துயர் மெல்ல மெல்லத் தேய்ந்து ஒழிகின்றது. இதனாலேயே இறைவனால் மாந்தர்க்கு அருளப்பெற்ற சிறந்த நலங்களுள் நட்பும் ஒன்றென்று உயர்ந்தோர் கருதுகின்றனர்.

இத்தகைய நண்பரைத் தேர்ந்துகொள்ளுதல் எளிதாகத் தோன்றினும் உண்மையில் அது மிக அரிது. பொருளாளரது கேண்மையால் ஒன்றும் பெறுதல் இலரெனினும், அன்னார் நண்பரென அயலார் தம்மை மதிப்பரென்றெண்ணி அவரைச் சூழ்ந்திருப்பர் பலர். இப் புன்மக்கள் போலிப் பெருமையாற் பொலிவெய்தக் கருதித் தம் உடலையும் உயிரையும் பொருளுடையார்க்கு அடியுறையாக்குவர். நட்பினாலாய நற்பயனை ஒருவன் பெறல்வேண்டுமாயின் உணர்ச்சி யொத்தவரோடு நேசம் கொள்ளுதல் அடுக்குமேயன்றிச் செல்வச் செருக்குற்றாரை நண்பரெனக் கருதுதல் சீரழிவிற்கே ஏதுவாகும். உணர்ச்சியால் ஒருமைப்பட்டோர் உலகில் ஒரு சிலரேயாவர் என்னும் உண்மை "ஊரில் ஒருவனே தோழன்" என்னும் முதுமொழியால் உணரப்படும்.

இவ்வுலகில் வாழும் மக்களின் மனப்பான்மையை நன்குணர்ந்த கவிஞர், நண்பராகக் கொள்ளத்தக்கார் இன்னார் என வரையறுத்து வழி காட்டியுள்ளனர். வேழம்போல் உயர்ந்தாரது கேண்மையை விரும்பாது, நாயனைய நல்லாரது நேசத்தைப் பெறல் வேண்டும் என்று நாலடியார் உணர்த்துகின்றது.

"யானை யனையவர் நண்பொரிஇ நாயனையார்
கேண்மை கெழீஇக் கொளல்வேண்டும்- யானை அறிந்தறிந்தும்
பாகனையே கொல்லும் எறிந்தவேல் மெய்யதா
வால்குழைக்கும் நாய்"

என்று நாலடியின் கருத்து அறியத்தக்கதாகும்

மாநிலத்தில் வாழும் விலங்குகளுள் வேழமே உருவத்தில் உயர்ந்ததாகும். 'யானை இருந்தாலும் ஆயிரம் பொன், இறந்தாலும் ஆயிரம் பொன்' என்னும் பழமொழியே அதன் அருமையை இனிதுணர்த்துகின்றது. இன்னோரன்ன நலங்களெல்லாம் அமைந் திருப்பினும் வேழத்தோடு பழகலாகாதென்று அறிந்தோர் கூறுவர். அவ்விலங்கினிடம் உருவும் திருவும் அமைந்திருப்பினும் குணநலம் காண்டல் அரிதாகும். சீற்றமும் மயக்கமும் அதன்பால் இயல்பாக அமைந்த சிறுமைகளாகும். காட்டில் வாழும் யானையை நாட்டிற் கொணர்ந்து கவளம் ஊட்டி ஏற்ற வகையிற் போற்றினாலும், அவ் விலங்கின் தன்மை சிறிதும் மாறுபடுமாறில்லை. பசியறிந்து யானைக்கு உணவருத்திப் பேணும் பாகன் என்றேனும் அதன் வெம்மைக்கே இரையாவான். பன்னாட் பழகிய பாகன் என்றும் பாராது, நல்லுணவளித்த நண்பன் என்றும் கருதாது, சீற்றமுற்றபோது பாகனைச் சிதைக்கும் சிறுமை வேழத்தின் இயல்பாதலால் அவ்விலங்கின் தன்மை வாய்ந்த மாந்தரொடு பழகுதல் ஆகாதென்று ஆன்றோர் அருளிப்போந்தார். இவ்வுலகில் ஏற்றமும் தோற்றமும் வாய்ந்து இறுமாந்து வாழும் செல்வருடன் அல்லும் பகலும் பழகினாலும், அவர் குறிப்பறிந்து குற்றேவல் செய்தாலும், இடையறாது இச்சகம் பேசி இன்புறுத்தினாலும் அன்னார் வெகுளுங்கால் பன்னாட் பழகிய பான்மையாரைச் சிதைக்கச் சிறிதும் தயங்கார். பிறன் செய்த சிறு நன்மையைப் பெருநன்மையாகக் கருதி அவன் புரியும் தீமை அனைத் தும் பொறுத்தல் பண்புடையோர் செயலாகும். அவ்வாறன்றிப் பிறன் ஆற்றிய நன்மையனைத்தும் மறந்து ஒரு சிறு தவறு கண்ட விடத்து ஒறுத்தல் இழிந்தோர் இயல்பாகும். செல்வச் செருக்குற்றோர் பிறர் தமக்குச் செய்யும் நன்மையை மறந்து தீமையையே நினைந்து சீற்றமுறும் தன்மையராதலின் அன்னார் இணக்கம் ஆகா தென்று ஆன்றோர் அறிவுறுத்தினார்.

வேழத்தை உயர்ந்த பொருளெனக் கருதி மதிக்கும் உலகம், நாயை மிக இழிந்த பொருளெனக் கருதி இகழ்கின்றது. தம்

நிலையின் இழிந்த மாந்தரை நாய்கள் என்று பழிக்கும் பழக்கம் இந்நாட்டில் உண்டு. ஆயினும், அவ்விலங்கினிடம் ஓர் உயர்ந்த குணம் அமைந்திருக்கக் காணலாம். செய்ந்நன்றி அறிதல் என்னும் சீரிய அறத்தை உயிரினும் உயர்வாகப் போற்றும் பெருமை விலங்கினங்களுள் நாய்க்கே சிறப்பாக உரியதாகும். தெருக்களில் குறுக்கு மறுக்காகத் திரியும் நாய் பெரும்பாலும் மக்கள் தம் வீட்டினின்று கழித்தெறிந்த மிச்சிலையே உண்டு மகிழ்கின்றது. இங்ஙனம் கழித்த உண்டுகளிக்கும் நாய், மிச்சிலிட்டாரைக் கண்டபொழுது உச்சி குளிர்ந்து, வால் குழைத்துத் தலை தாழ்த்து இன்முகங் காட்டி ஆர்ப்பரிக்கக் காணலாம். பகைவராலேனும் கள்வரா லேனும் பிறவாற்றலேனும் தனக்குணவிட்ட தலைவனுக்குத் தீங்கு நேருங்கால் அதனைத் தடுக்கும் முயற்சியில் தன்னுயிரையும் கொடுக்கும் உயரிய சீலம் நாயினிடம் உண்டு. ஆழநீரில் தவறி விழுந்த தம் தலைவரைக் கவ்வியெடுத்துக் கரைசேர்த்துக் காத்த நாய்களின் கதை இந்நானிலத்திற் பலவாகும். தனக்கினிய தலைவன் நோய்வாய்ப்பட்டு வருந்துங்கால் நன்றிமறவாத நாய் வெருட்டினும் போகாது அவனருகே கிடந்து ஊணுறக்கங் கொள்ளாது, கடைக் கண்ணால் அவனை நோக்கி நோக்கிக் கண்ணீருகுத்தலை நாம் கண்டிருக் கின்றோம். இவ்வாறு தினைத்துணை நன்மைசெய்யினும் பனைத் துணையாகக் கொள்ளும் பான்மைவாய்ந்த நாய், தலைவன் காரண மின்றித் தன்னைத் துன்புறுத்திய போதிலும் அவனருள் நினைந்து அகங்குழையும் தன்மை வாய்ந்ததென்று அறிஞர் கருதுகின்றார்கள். சீற்றமுற்ற தலைவன் தன் கரத்திலமைந்த கூரிய வேற்படையை யெறிந்து வெந்துயர் விளைப்பினும் அவ்விலங்கு அவனை நோக்கி இன்முகங் காட்டி வால் குழைத்து நிற்கும். உடல் புண்ணுற்று எரியும்பொழுதும் உள்ளம் நன்றியறிந்து மகிழ்கலை நாயினிடம் நன்கு காணலாம். "கொன்றன்ன இன்னா செயினும் அவர்செய்த ஒன்றுநன்றுள்ளக் கெடும்" என்னும் பொய்யாமொழியின் வழி நின்று, புரவலன் செய்த பெருந்தீமையை அறவே மறந்து, அவன் ஆற்றிய நன்மையை நினைந்து இன்புறும் சால்பு ஏற்றமுடைய தன்றோ? ஆகவே

ஏற்றமும் தோற்றமும் இன்றி எளியராய் இவ்வுலகில் வாழும் மக்களுள் நாயின் நற்குணம் வாய்ந்தோர் உண்டென்றும், அன்னார் "ஒரு நன்றி செய்தாரை உள்ளத்தில் வைத்து' அவரிழைக் கும் தீமையெல்லாம் பொறுத்து நலமே புரிபவரென்றும், அத்தகைய எளியார் கேண்மையே கொள்ளத்தக்கதென்றும் ஆன்றோர் அருளிய உண்மையை அறிந்து ஒழுகுவோர் நலமார்ந்த நட்பின் சுவையுணர்ந்து இன்புற்று வாழ்வர்.

17. இறையவரும் இன்னுயிரும்

மன்னுயிரனைத்தையும் ஆதரித்துக் காக்கும் அருள்நெறியே தகைசான்ற நெறியெனத் தமிழ்நாடு பழங்காலத்தே அறிந்துகொண்டது. பிற உயிர்க்கு நலம்புரிந்தோர் இன்புறுவரென்றும், தீங்கிழைத்தோர் துன்புறுவரென்றும் அறநூல் அறிவுறுத்துகின்றது. இவ்வுலகில் வாழும் உயிர்ப்பொருள்கள் பலதிறப்பட்ட அறிவு வாய்ந்தனவாயினும், அவற்றுள் ஊடுருவிச் செல்லும் உயிர்த்தன்மை ஒன்றே என்னும் உண்மையைப் பழந்தமிழ்ப் பனுவல்களிற் பரக்கக் காணலாம். அறிவாற் குறைந்த உயிர்கள் பல பிறவிகளெடுத்து மேம்பட்டு முற்றிய அறிவுடைய உயிர்களாகுமென்று பழந்தமிழ் மக்கள் அறிந்திருந்தார்கள். புல்லாகவும் பூடாகவும் நிற்கும் சிற்றுயிர் அறிவு முதிர்ந்து மக்களாகவும் தேவராகவும் வளர்ந்து செல்லும் தன்மையைத் திருவாசகம் தெள்ளிதின் உணர்த்தக் காணலாம். இதனாலேயே புல்லுயிரையும் துன்புறுத்தலாகாதென்று நல்லோர் அருளிப் போந்தார்.

மக்கள் தம் அறிவின் வன்மையால் ஏனைய உயிர்களை நலியா வண்ணம் ஆன்றோர் வகுத்துள்ள செவ்விய நெறி அறியத்தக்கதாகும். எல்லாம் வல்ல இறைவனிடம், அச்சமும் அன்பும் எஞ்ஞான்றும் மக்கட்கு உண்டு என்னும் உண்மையை உணர்ந்த அறவோர், வனவிலங்குகள் முதல் புற்பூண்டுகள் ஈறாக உள்ள உயிர்களையும் இறையவரோடிணைத்து அருள்நெறியை இவ்வுலகில் நிலைநிறுத்த முயன்றுள்ளனர். காட்டில் வாழும் விலங்குகளையும், ஊர்ந்து விண்ணிலே பறந்து திரியும் பறவைகளையும், மண்ணிலே செல்லும் உயிர்களையும், நீரிலே வாழும் மீன்களையும், நிலத்திலே மருவிநிற்கும் மரஞ்செடிகளையும் இறையவரோடிணைத்து அவற்றின் உயிரைக் காக்க விரும்பியுள்ளார்கள். காட்டில் வாழும்

வேழமும் வேங்கையும், அரியும் பரியும், மானும் மற்றைய உயிர்களும் இறைய வர்க்கு உகந்த பொருள்களாகும். வேழத்தின் உரியும், வேங்கையின் தோலும், ஈசன் உவந்து அணியும் உடைகளாகும். வேங்கையின் தோலை அரையிலுடுத்து, வேழத்தின் உரியால் ஆகத்தைப் போர்த் துக் கடும்பனியுறையும் கயிலைமா மலையில் சிவபெருமான் வீற்றிருக் கின்றார். இன்னும், விழுமிய வேழம் விண்ணவர் தலைவற்குரிய வாகனமாகும். சிவபெருமான் தலைமகனாய பிள்ளையார் திருமுகம் வேழத்தின் முகமாக விளங்குகின்றது. ஆகவே, உருவத்தால் உயர்ந்த வேழம் ஈசனார்க்கும், இந்திரற்கும், பிள்ளையார்க்கும் இனிய உயிராய் இலங்குகின்றது. இத்தகைய யானைக்குத் தீங்கிழைத்தோர் அம்மூவரது சீற்றத்திற்கும் ஆளாவரன்றோ? இன்னும் ஈசன் தோள்களில் ஆரமாய் இலங்கும் நாகம் திருமாலின் பாயலாகவும் அமைந்துள்ளது. ஆகவே, நஞ்சமைந்த நாகமும் இறையவர் இருவரைச் சார்ந்து இனிது வாழ்கின்றது. விலங்கரசெனப்படும் அரிமான் காளியின் ஊர்தியாய்க் களித்திருக்கின்றது. பரிமான் பைரவற்கு உகந்ததாயிற்று. கலைமான் ஈசனார் கையில் இனிதமர்ந்தது.

காட்டுவிலங்குகளை விடுத்து நாட்டுவிலங்குகளைக் கருதுவோ மாயின் அவைகளும் இறையவர்க்கு உகந்த உயிர்களாய் இலங்கக் காணலாம். எருது ஈசனது வாகனமாம். எருமை எமனது ஏற்ற மாம். பசுவின் வயிற்றிற் பிறந்த பாலன் சித்திரபுத்திரனாய்ச் சிறந் தான் திருமாலும் பன்றியாய்த் தோன்றினான். நன்றி மறவாத நாய் சாத்தனது நல்வாகனமாம். ஆடு அங்கியங் கடவுளுக்கு அமைந்த ஊர்தியாம். ஆகவே, எருதுக்குத் தீங்கிழைத்தால் ஈசன் முனிவான். எருமைக்குத் தவறிழைத்தால் எமன் விடமாட்டான். பன்றியைக் கொன்றால் மாயோன் சீறுவான். நாயை எறிந்தால் சாத்தன் தொடர்வான். ஆட்டை அடித்தால் அங்கி அடுவான்.

இனி, பறவை இனங்களைச் சிறிது பார்ப்போம். அன்னமும், கிளியும், சேவலும், மயிலும், குயிலும், கொக்கும், காக்கையும், கலுழ னும், ஒவ்வோர் இறைவனை ஒன்றிவாழக் காணலாம்.

அயன் அன்னத்தின் மீதமர்ந்தான். மாரவேள் கிளியின்மீது ஊர்கின்றான். குமரவேள் சேவலைக் கொடியாகவும், மயிலைப் பொறியாகவுமுடையான். குயிலை மாரன் தூதனாக்கினான். கொக்கிறகை ஈசன் தன் வேணி யிலணிந்தான். காக்கையைச் சனியன் பிடித்துக்கொண்டான். கலுழனைத் திருமால் கவர்ந்துகொண்டான். ஆகவே, அன்னத்தை அடிக்கச் சென்றால் அயன் சபிப்பான். மழலை பேசும் கிளியைப் பிடித்தால் மாரன் அம்பு தொடுப்பான். சேவலுக்குத் தீங்கிழைத் தால் முருகன் சீறுவான்; மயிலைப் பிடித்தால் அயில் வேலெடுப்பான். குயிலைக் கொன்றால் மாரன் கோபிப்பான். காக்கையைக் கொன்றால் சனியன் தொடர்வான். பருந்துக்குத் தீங்கிழைப்போர் மாயோன் நேமிக்கு விருந்தாவர். எனவே, பறவை இனங்களும் பெரியாரைச் சார்ந்து பயமின்றி வாழ்கின்றன.

இன்னும், சிறிய உயிர்களாய அணிலும், ஆகுவும், குரங்கும், கழுதையும், பெரியாரருளால் பெருமையுற்று விளங்கக் காணலாம். அணிற் பிள்ளை காலத்தில் உதவிசெய்து இராமனது அருளைப் பெற்றது. ஆகுவோ பிள்ளையார் வாகனமாய்ப் பெருமையுற்றது.வானரம் இராமனுக்குத் துணைபுரிந்து உயர்ந்தது. கத்தும் கழுதை மூத் ள் வாகனமாய் அமைந்தது. திருமால் மச்சாவதாரம் கொண்டமையால் மீனினங்களையும் ஈனமென்றெண்ணி ஊறுசெய்தல் ஆகாது.

இனி, மரங்களின் உயிரை ஆன்றோர் பாதுகாத்த மாண்பும் அறிந்து மகிழத்தக்கதாகும். இனிய நிழல்தரும் மரங்களின் அடியில் இறையவரை அமைத்துப் பழந்தமிழ்நாடு வழிபட்டது.

குற்றாலநாதர் குறும்பலாவின் கீழ் அமைந்தார். நெல்வேலியப்பர் வேணுவின் அடியில் வீற்றிருந்தார். ஆலவாய் அண்ணல் கடம்பவனத்தில் களித்தமர்ந்தார். தில்லைமரத்தடியில் அழகிய கூத்தர் திளைத்தார். மரமடர்ந்த வனங்கள் பிற்காலத்தில் நகரங்களாய்ச் சிறந்த பொழுது குறும்பலாவனம் திருக்குற்றாலமாகவும், வேணுவனம்

திருநெல்வேலியாகவும், கடம்பவனம் மதுரையாகவும்,தில்லைவனம் சிதம்பரமாகவும் திகழ்வனவாயின. முன்னாள் கல்லாலின் கீழ் அமர்ந்து இறையனார் அறமுரைத்தார். அரசமரத்தடியில் அமர்ந்து கௌதம புத்தர் அரிய உண்மைகளை அறிந்தார். அசோக மரத்தடியிலமர்ந்து அருகனார் அறமுணர்ந்தார். கூவிளமரம் எப்பொழுதும் ஈச னுக்கு உகந்ததாகும். இன்னும்,வன்னியும் தென்னையும், மருதும் நாவலும், ஏனைய மரங்களும் இறையவர் விரும்பி உறையும் இடங்களாகும். வினை தீர்க்கும் விநாயகரை வேம்பும் அரசும் கலந்துவாழுமிடத்தில் அமைத்து வணங்கும் வழக்கம் இன்றும் தமிழ்நாட்டில் நின்று நிலவுகின்றது.

மரங்களைப் போலவே செடி கொடிகளும், புற்பூண்டுகளும், இறையவரோடிணைந்து வாழும் தன்மை அறியத்தக்கதாகும். பயனும் தாராத எருக்கும், குருக்கும் ஈசனுக்கினிய வென்றால், ஏனைய செடிகளைச் சொல்லவும் வேண்டுமோ? தும்பையும் துளசியும், அறுகும் புல்லும், இறையவர்க் கேற்றனவாம். மாயோன் துளசியில் மகிழ்ந்துறைகின்றான். ஆனைமுகத் திறைவனுக்கு அறுகினும் இனிய பொருளில்லை. ஆகவே, அறநெறியை அகிலமெலாம் பரப்பக் கருதிய தமிழ்மக்கள் உயிர்ப்பொருள் அனைத்தையும் இறையவரோடிணைத்துக் காக்கக் கருதிய திறம் நினைக்குந்தோறும் உள்ளத்தை நெகிழ்விப்பதாகும்.

18. வீரமும் சீலமும்

'அறன் எனப்பட்டதே இல்வாழ்க்கை' என்று ஆன்றோர் புகழும் மனைவாழ்க்கையின் அணிகலன் அறிவறிந்த மக்களேயாகும். செல்வச் செழுமையும் அறிவின் செம்மையும் ஒருங்கமைந்ததே யாயினும் மக்களில்லா மனை மாண்பற்றதென்று அறிந்தோர் கூறுவர்.

மாசற்ற அன்பினில் விளைந்த அமிழ்தாகவும், காதலென்னும் கற்பகத்தின் அருங்கனியாகவும் விளங்கும் மக்களில்லாத வாழ்க்கை மணமற்ற மலரை ஒக்குமென்று இம்மாநிலம் கருதுகின்றது. மக்கள் சிறுகையால் அளாவிய கூழ் பெற்றோர்க்கு அமுதினும் ஆற்ற இனியதென்றும், அவர் பேசும் மழலைச்சொல் யாழினும் குழலினும் இனியதென்றும் தமிழ்மறை கூறுகின்றது. இவ்வுலகில் பெறுதற்கரிய பலவகைச் சிறப்பும் பெற்று, நாள்தோறும் அறுசுவையுணவைப் பலரோடுண்ணும் பான்மை வாய்ந்த பெருஞ் செல்வராயினும், குறுகுறு நடந்து, சிறுகை நீட்டி, உண்ணும் கலத்திலமைந்த சோற்றைக் கையாற் பிசைந்து, நிலத்திற் சிதறி, வாயாற் கவ்வி

“மயக்குறு மக்களை இல்லோர்க்குப்
பயக்குறையில்லைத் தாம்வாழு நாளே”

என்று பழந்தமிழ்க் கவிஞர் ஒருவர் பண்புற எடுத்துரைத்தார். இவ்வாறு ஐம்பொறிகளுக்கும் இன்பம் விளைத்தலாலேயே மக்களைப் பெற்றவர்கள் ஆனந்தப் பெருவாழ்வ டைந்தவராகக் கருதப்படுகின்றனர்.

'முந்தித் தவங்கிடந்து முந்நூறு நாட் சுமந்து' அந்தி பகலாக இறைவனை வந்தித்து ஒரு பிள்ளையைப் பெற்ற பொழுது அதன் தாய் பேரானந்தம் அடைகின்றாள். அதன் பொருட்டு அவள் பட்ட பாடெல்லாம் கனவிற்கண்ட துயரம்போல்

மறைந்தொழிகின்றது; அருமந்த குழந்தையை வளர்க்கும் பணியில் கண்ணும் கருத்துமாய் ஈடுபடுகின்றாள். அக்குழவி பிணியுற்று வருந்துமாயின் அதன் பசுங்குடர் பொறாத கசந்த மருந்தைத் தான் அருந்தி, பால் நினைந்தூட்டி நோயைப் போக்குகின்றாள். இங்ஙனம் ஆதரித்து வளர்க்கும் அருங் குழவி உடல் வளம் பெற்று, கல்வி கேள்விகளிற் சிறந்து, நல் ஒழுக்கம் வாய்ந்து உயர்ந்தோர் மதிப்பிற்கு உரியதாயின், ஈன்ற தாய் எல்லையற்ற இன்பம் அடைவாள். அறிவறிந்த நன் மகனைப் பெற்ற அன்னை எய்தும் உவகையை

"ஈன்ற பொழுதில் பெரிதுவக்கும் தன்மகனைச்
சான்றேன் எனக்கேட்ட தாய்"

என்று திருவள்ளுவர் அருளிச் செய்தார். தான் பெற்ற அருமைத் திருமகன் பெருமையைத் தக்கார் எடுத்துரைக்கும் பொழுது அன்னை ஈன்றபோதுற்ற மகிழ்வினும் பெருமகிழ்வடைகின்றாள் என்று நாயனார் உலகியலை நன்குணர்த்தினார். இவ்வாறு வள்ளுவர் அருளிய நல்லுரையின் நயம் தேர்ந்த கம்பர், நலமெலாம் ஒருங்கே வாய்ந்த இராமனை மைந்தனாகப் பெற்ற தசரத மன்னன் எய்திய பேரின்பத்தை எடுத்துரைக்கும் முறை அறிந்து இன்புறத்தக்கதாகும்.

பல்லாண்டுகளாகக் கோசல நாட்டை ஆண்டு வந்த தசரத மன்னன் பலவகைச் செல்வமும் பெற்றிருந்தும் மக்களில்லாக் குறையால் மனம் வாடி வருந்தினான். வாழையடி வாழை போல் வந்த தொல்குலம் வழியடைத்துப் போமாயின் வையகம் வருந்துமே என்று கவலையுற்றான். அம்மன்னன் ஒருநாள் கானகத்தில் வேட்டையாடச் சென்ற போது ஓர் அந்தக முனிவனது மைந்தனை விலங்கென்று கருதி வில்லம்பாலடித்துக் கொன்றான். மன்னனது கணையால் கண்ணனைய காதல் மைந்தன் இறந்தான் என்றறிந்த முனிவன் மனம் கறுத்து மன்னனை நோக்கி "என் போல் பொறுத்தற் கரிய புத்திர சோகத்தால் நீயும் இறக்கக் கடவாய்" என்று சபித்து இம் மண்ணுலகை நீத்து விண்ணுல கெய்தினான்.

முனிவரது மொழியைச் செவியிலேற்ற தசரத மன்னன் அகமும் முகமும் மலர்ந்தான். நிறை மொழிச் செல்வராய முனிவர் அருளிய மறைமொழி இறையளவும் தவறாது என்று எண்ணி மகிழ்ந்தான். முனிவரது சாபத்தால் தனக்கு மைந்தன் ஒருவன் தோன்றுவான் என்று மனம் களித்து மாளிகை போந்தான்.

இத்தகைய மனப்பான்மை வாய்ந்த மன்னனுக்கு ஓவியத்தில் எழுத வொண்ணா உருவமைந்த இராமன் தலைமகனாய்த் தோன்றினான். தவம் முயன்று அரிதிற்பெற்ற தனி இளங் குமரனைக் காவலன் கண்ணும் ஆவியுமாய்க் காதலித்து வளர்த்தான். காயாமலர் போன்ற மேனியும்,கமலம் போன்ற கண்களும், கலைமணம் கமழும் குமுதவா யும் அமைந்த மைந்தனைக் கண்டு காவலன் மனம் குளிர்ந்தான். இவ்வாறு வளர்ந்து வந்த கமலக் கண்ணனைக் கௌசிக முனிவன் மிதிலை மாநகர்க்கு அழைத்துச் சென்றான். அங்கு அடல் வேந்தரால் அசைக்கவும் இயலாது கிடந்த மலை போன்ற மணவில்லை இராமன் மாலை போல் எடுத்து இமைப் பொழுதில் இறுத் தெறிந்தான். இங்ஙனம் செயற்கரிய செயல் செய்து மண்ணையும் விண்ணையும் மகிழ்வித்து, மிதிலை மன்னன் அருமைத் திருமகளாய சீதையை இராமன் மணந்த பொழுது தசரத மன்னன் மனம் தழைத்தான்.

அப்பால் மிதிலை மாநகரினின்று புறப்பட்டு ஆதி மன்னனும் மணமக்களும் அயோத்தி மாநகரை நோக்கிச் செல்கையில் பாராளும் வேந்தரது பெரும் பகைவனான பரசுராமன் எதிர்ப்பட்டான். எழு மூன்று தலைமுறையாக முடிவேந்தரை மழுவா லெறிந்து முடித்த பரசுராமனைக் கண்டபொழுது தசரத மன்னன் மெய் நடுங்கி ஆவி சோர்ந்தான். அச்சமென்பது அணுவளவு மில்லாத அஞ்சன வண்ணன் மழுவாளன் முன்னே முகமலர்ந்து நின்றான். மிதிலைமா நகரில் மணவில்லை இறுத்துப் புகழ்பெற்ற மைந்தனை நோக்கி "ஐய, சிலையை நீ இறுத்த ஓசை செவியுறச் சீறிவந்தேன் மலைகுவன் வல்லையாயின் வாங்கிடு இத்தனுவை"

என்று பரசுராமன் வீரமொழி பகர்ந்து தனது பெருவில்லை நீட்டினான். நீலமேனி நெடியோனாய இராமன் அவ்வில்லைக் கையிலேற்று இறைப் பொழுதில் வளைத்து வேத வித்தாய் விளங்கிய பரசுராமனது ஆவியைப் பறிக்க மனமற்றவனாய் அவனது அருந்தவம் அனைத்தையும் ஓர் அம்பால் அழித்தொழித்தான். இவ்வாறு வெல்லுதற்கரிய பரசுராமனை வென்று மன்னர் குலத்தை வாழ்வித்த மைந்தனைத் தசரதன் கட்டியணைத்து ஆனந்தக் கண்ணீர் வடித்துக் களிப்பெனும் கடலுள் ஆழ்ந்தான். ஆகவே முனிவரது சாபத்தால் ஒரு மைந்தன் பிறப்பான் என்று அறிந்து கவலை தீர்ந்த காவலன், கமலக் கண்ணனைப் பெற்றபோது பெருமகிழ் வெய்தினான்; அப்பால் அம்மைந் தன் வில்லின் செல்வனாய் அமைந்து மிதிலை மன்னனது மணவில்லை ஒடித்தபோது மைந்தனது வீரம் கண்டு மனம் மகிழ்ந்தான்; பின் னும் அடல் வேந்தரது முடியை மழுவால் உடைத்தெறிந்த பரசுராமனது வில்லை வளைத்து அவனது ஆணவத்தை அழித்தபோது கோசல மன்னன் மனம் குளிர்ந்தான். ஆயினும் இம்மூவகை இன்பத்தினும் பெரியதோர் இன்பம் பின்னொருகால் அம்மன்னனுக்கு வாய்த்தது என்று கம்பர் கூறுகின்றார்.

மன்னுயிர்க்கெல்லாம் இனிபனாய் இராமன் அரசாங்க பாரம் தாங்குதற்குரிய தகைமை பெற்றான் என்று அறிந்த தசரத மன்னன் நாடாளும் பொறுப்பை அந்நன்மகனிடம் ஒப்புவித்துத் தவநெறியை மேற்கொள்ளக் கருதினான். மதிநலம் சானற மந்திரத் தலைவரையும் அருள் நிறைந்த ஆன்றோரையும் அரச சபைக்கு அழைத்து ஆதி மன்னன் தன் கருத்தை அறிவித்தான்.அப்பொழுது வினையின் நீங்கி விளங்கிய அறிவு வாய்ந்த வசிட்டமா முனிவன் வேந்தனை நோக்கி "அரசே! மிதிலை மன்னன் திருமகளாய சீதை பொற்பிற்சிறந்த பூமாதினும் நல்லள்;பொறையிற் சிறந்த புவிமாதினும் நல்லள்; அறிவிற் சிறந்த கலைமாதினும் நல்லள்; அம்மங்கையின் தலைவனான இராமனோ மன்னுயிர்க் கெல்லாம் இனியன். கற்றாரும் மற்றாரும் அவனையே உண்ணும் நீரினும் உயிரினும் உயர்வாகக்

கருதுகின்றார்" என்று சான்றோனாய வீர மைந்தனது பெருமையை எடுத்துரைத் தான்.

"மண்ணினு நல்லள் மலர்மகள் கலைமகள் கலையூர்
பெண்ணினு நல்லள் பெரும்புகழ்ச் சனகியோ நல்லள்
கண்ணினு நல்லன் கற்றவர் கற்றிலாத வரும்
உண்ணு நீரினும் உயிரினும் அவனையே உவப்பார்"

என்று முனிவன் கூறிய மொழிகளை மன்னன் கேட்டு மகிழ்ந்தான். கோசல நாட்டுக் குடிகள் இராமனையே உயிராகக் கருதி யுள்ளாரென்று முனிவர் கூறிய உரை கேட்டு மன்னன் மனம் குளிர்ந்தான். கருணை வடிவாய் தன் காதல் மைந்தன் கற்றார்க்கும் கல்லார்க்கும் களிப்பருளும் களிப்பாய் விளங்குவதை அறிந்து மனம் களித்தான். இந்நிலையில் அரசன் அடைந்த எல்லையற்ற இன்பப் பெருக்கை எழுதப்போந்த கம்பர்,

"மற்றவன் சொன்ன வாசகம் கேட்டலும் மகனைப்
பெற்ற அன்றினும் பிஞ்ஞகன் பிடித்த அப்பெருவில்
குற்ற அன்றினும் எறிமழ வாளவன் இழக்கம்
உற்ற அன்றினும் பெரியதோர் உவகையன் ஆனான்"

என்று திருக்குறளின் மணத்தை வடித்தெடுத்துத் தமது வளமார்ந்த கவியிற் கமழ வைத்தார். மாதவத்தால் உயர்ந்த முனிவன் இராமனை நல்லவன் என்று புகழ்ந்தபோது தசரத மன்னன் முன்னடைந்த மூவகை இன்பத்தினும் முற்றிய இன்பம் அடைந்தான் என்று கவிஞர் கூறியருளினார். அருந்தவம் இயற்றி அஞ்சன வண்ணனைத் தலைமகனாய்ப் பெற்றபோது ஆதிமன்னன் மனக்குறை நீங்கி மகிழ் வெய்தினான்; அப்பால் அம்மைந்தன் வில்லாண்மையிற் சிறந்து திரிபுரம் எரித்த விரிசடைத் தேவனது வரிசிலையை ஒடித்தபோது பெருமகிழ் வடைந்தான்; பின்பு வேந்தர் குலத்தை வேரறுக்க வஞ்சினம் பூண்ட பரசுராமனது வில்லை வளைத்து அவன் செருக்கைச் சிதைத்தபோது பின்னும் மிகமகிழ்ந்தான்; அப்பால் முனிவன் வாயிலாகத் தன்

மைந்தனைச் "சான்றோன்" என்று கேட்ட போது முன்னர் அடைந்த மூவகை இன்பத்தினும் முற்றிய இன்பமுற்றான். ஆகவே மைந்தனது ஒப்பற்ற உடல் வளிமை கண்டு மகிழ்ந்திருந்த வேந்தன் அவனது உளப் பண்பை ஆன்றோர் வாயிலாகக் கேட்டறிந்த போது எல்லையற்ற இன்பம் எய்தினான், என்பது இனிதறியப்படும். வீரப்புகழ் விளைக்கும் பேராண்மையினும் உயிர்ப் பண்பாய தண்ணளியால் உலகம் தாங்குந் தன்மையே சிறந்தென்றறிந்த தசரத மன்னன், மைந்தனது சான்றாண்மையை வீரத்தினும் சிறந்ததாக மதித்து மிக மகிழ்ந்தான், என்று கம்பர் குறித்த நயம் உணர்ந்து மகிழத்தக்கதாகும். வேந்தர்க்கு வெற்றிதருவது வேலன்று; செங்கோலேயாகும் என்று செம்மையுறத் தெளிந்த மன்னவன் இராமனது சீலம் அறிந்து சால மகிழ்ந்தான் என்று கம்பர் அருளிய கவியில் வள்ளுவர் வாய் மொழி வளமுற விளங்கக் காணலாம்.

19. முப்பெருங் கவிஞர்

நல்லறிஞரது உள்ளத் தடத்தில் ஊற்றெடுத்துப் பொங்கும் ஆர்வத்திற் பிறப்பது அருங்கவியாகும். இத்தகைய கவி பாடும் இயற்கவிஞர் உலகிற் சிலரேயாவர். அன்னார் இயற்றும் அருங்கவிகளில் மாந்தர் அறிந்து உய்தற்குரிய விழுமிய உண்மைகள் அமைந்து மிளிரும். அவர் மொழிகளில், ஒளியும் இனிமையும் நிரம்பித் ததும்பும். இத்தன்மை வாய்ந்த இயற்கவிஞருள் ஒருவராய பாரதியார் தமிழ்நாடு செய்த தவப்பயனாகப் பொருனை நாட்டிற் பிறந்தார். அருந்தமிழ் மொழியுடன் ஆரியமும் ஆங்கிலமும் அளவொடு பயின்று தம் உள்ளத்திலெழுந்த தள்ளரிய ஆர்வத்தால் இனிய தமிழ்ப்பாட்டிசைத்தார்.

பழம்பெருமை வாய்ந்த தமிழகத்தின் அறிவையும் ஆண்மையையும், வளத்தையும் வாணிபத் திறத்தையும், ஆற்றையும் அருங்காற்றையும், அக்கவிஞர் போற்றிப் புகழ்ந்துள்ளார். சோழநாட்டை வளநாடாக்கிய காவிரியும், தொண்டை நன்னாட்டின் நல்லணியாய்த் திகழும் பாலாறும், புலவர் நாவிற் பொருந்திய வையையாறும், பொன் திணிந்த புனல் பெருகும் பொருனையாறும் தமிழ்நாட்டினை அணி செய்யுந் தகைமையை நினைந்து பாரதியார் நெஞ்சம் தழைக்கின்றார். ஆயினும், நல்லறிவே நாட்டின் உயிரென்றறிந்த பாரதியார் தமிழ் நாட்டிற்கு என்றும் அழியாப் பெருமை அளித்த நல்லியற் கவிஞரை நாவார வழுத்துகின்றார்.

"கல்வி சிறந்த தமிழ்நாடு-புகழ்க்
கம்பன் பிறந்த தமிழ்நாடு"

என்றெழுந்த பாரதியார் பாட்டின் நயம் அறியத்தக்கதாகும். கல்வி நலம் படைத்த தமிழ்நாட்டிற் கம்பர் பிறந்தார்; இறவாத பெரும் பனுவல் இயற்றினார்; தமிழ்நாட்டிற்கு அழியாத

பெருமையை அளித்தார்; 'கல்வியிற் பெரியவர் கம்பர்' என்ற அழியாத பட்டம் பெற்றார். இத்தகைய கவிஞர் அருளிய காவியம் செந்தமிழ்நாட்டிற் குச் சிறந்ததோர் அணியன்றோ?

இன்னும் இம்மாநிலத்தில் வாழும் மாந்தர்க்கெல்லாம் ஒளிநெறி காட்டும் உயரிய கவிஞரைப் பிறப்பித்து நல்கிய பெருமையும் செந் தமிழ்நாட்டிற்கே உரியதாகும்.

"வள்ளுவன் தன்னை உலகினுக்கே-தந்து
வான்புகழ் கொண்ட தமிழ்நாடு"

என்றெழுந்த பாரதியார் வாய்மொழி தமிழ்நயமறிந்தோர்க்குத் தேனினும் இனிப்பதாகும். திருவள்ளுவர் என்னும் ஞானச்செல்வர் பன்னூற்றாண்டுகட்கு முன்பு இந்நாட்டில் தோன்றினார்; உலகெலாம் இன்புற்று வாழுமாறு ஒளிநெறி காட்டினார்; இன்று உலகறிந்த கவிஞருள் ஒரு தனிக் கவிஞராக ஒளிர்கின்றார். அக்கவிஞர் தென்னாட்டிற் பிறந்தவரெனினும் எந்நாட்டிற்கும் உரியராவர். அவர் பொருளுரை தென்மொழியில் எழுந்ததேனும் பன்மொழியாளர்க்கும் பொதுவுரையாகும். சமயக் கணக்கர் மதிவழி செல்லாது, உலகியல் காட்டி உறுதிப்பொருள் நாட்டிய அக்கவிஞர் நிலமிசை நீடுவாழ்கின்றார். இத்தகைய மதிநலம் வாய்ந்த கவிஞரைத் தன்னகத்தே தோற்றுவித்து வான்புகழ்கொண்ட தமிழ்நாட்டின் பெருமையைப் பாரதியார் வாயார வாழ்த்துகின்றார்.

இன்னும் சேரநாட்டுச் செல்வத்தினும் செந்தமிழ்ச் செல்வமே சிறந்ததெனத் தேர்ந்து, இளமையிலேயே துறவறம் ஏற்று, சேரர் குலமணி விளக்காய் விளங்கிய இளங்கோவடிகள் இயற்றிய சிலப்பதி காரமென்னும் செம்மைசான்ற காவிய அமுதை அள்ளி உண்டு அளப்பரிய இன்பமுற்ற பாரதியார்

"நெஞ்சை,அள்ளும் சிலப்பதி காரமென் றேர்மணி
ஆரம் படைத்த தமிழ்நாடு"

என்று தம் தாய்நாட்டைப் புகழ்ந்து மகிழ்ந்தார். கற்போர் மனத்தைக் கவரும் திறம்வாய்ந்த நூல்களுள் சிலப்பதிகாரம் தலைசிறந்ததாகு மென்று பாரதியார் அறிந்துணர்த்தினார். இரும்பினை இழுக் கும் காந்தம்போல் கற்போர் கருத்தினைக் கவருந் திறம் சிலப்பதி காரத்தில் அமைந்திருத்தலை உணர்ந்த கவிஞர், 'நெஞ்சை அள்ளும் சிலப்பதிகாரம்' என்று அச்செஞ்சொற் காவியத்தைப் போற்றினார். இனிய செந்தமிழ்ப் பனுவலாய் இலங்கும் சிலப்பதிகாரத்தைத் தமிழ்த்தாயின் கழுத்தில் இலங்கும் செம்மணி மாலையாகக் கருதிக் கவிஞர் உள்ளம் தழைத்தார். தமிழ்நாட்டு மூவேந்தர் தகைமையையும், முந்நாட்டின் சீர்மையையும், முத்தமிழின் நீர்மையையும், முறையாக இளங்கோ முனிவர் தொடுத்தமைத்த பாமாலை தமிழ்த்தாயின் திருமார்பில் ஆரமாக அமைந்து அழகுசெய்தற் குரியதன்றோ?

இத்தகைய பழம் பெருமைவாய்ந்த பைந்தமிழ் நாட்டிற் பிறந்தும், தமிழ்மொழியின் பெருமையையும் இனிமையையும் உணராது வறிதே காலங் கழிக்கும் இக்காலத் தமிழ்மக்கள் நிலை கண்டு பாரதியார் இரங்குகின்றார். முன்னோர் முயன்று தேடித் தந்த முழு மணிகள் மண்ணுள் மூழ்கி மறைந்து கிடப்ப, அவர் பின்னோராய நாம் வறிஞராய் இவ்வுலகில் வாழ்கின்றோம்; பாலிருந்த பானையைப் பாற்பானை என்பது போல் தமிழறிஞர் மரபிற் பிறந்த நம்மையும் தமிழரெனப் பிறநாட்டார் அழைக்கின்றார்கள். இங்ஙனம் வாயிருந் தும் ஊமையராய், கண்ணிருந்தும் குருடராய், செவியிருந்தும் செவிடராய்த் திரியும் இக்காலத் தமிழ்மக்களை நோக்கி,

"நாமமது தமிழரெனக் கொண்டிங்கு
வாழ்ந்திடுதல் நன்றே சொல்லீர்
தேமதுரத் தமிழோசை உலகமெலாம்
பாவும்வகை செய்தல் வேண்டும்"

என்று கவிஞர் பரிவுடன் வேண்டுகின்றார். நறுஞ்சுவை நிறைந்த தமிழின் நீர்மையைத் தமிழ்மக்கள் துய்த்து மகிழ்தல்

வேண்டும்; யாம் பெற்ற இன்பம் பெறுக இவ்வையகம் என்னும் முன்னோர் மொழியின் வழிநின்று இனிமை வாய்ந்த தமிழ்மொழியை யாண்டும் பரப்புதல் வேண்டும்; வீடுதோறும் தமிழின் முழக்கம்; வீதிதோறும் தமிழின் விளக்கம்; நகரமெங்கும் தமிழோசை ; நாடு எங்கும் தமிழோசை; இவ்வாறாக எங்கும் தமிழ் முழக்கமே பெருமுழக்க மாய்ப் பொங்கி எழுதல்வேண்டுமென்பது பாரதியார் பெருவிருப்ப மாகும்.

20. கலையின் விளக்கம்

'அழகிய பொருள் என்றும் ஆனந்தம் தரும்' என்று ஆங்கிலக் கவிஞர் ஒருவர் அருளிப் போந்தார். கண்ணினைக் கவரும் அழகையும், கருத்தினைக் கவரும் அறிவையும், தெய்வ நலங்களாகக் கருதி வழிபட்ட பெருமை பாரத நாட்டினர்க் குரியதாகும். அழகினைத் திருமகள் என்றும், அறிவினைக் கலைமகள் என்றும் கொண்டு அன்னார் போற்றினார்கள். வெள்ளைக் கலையுடுத்து, வெள்ளைப்பணி பூண்டு, வெள்ளைக் கமலத்தே வீற்றிருக்கும் கலைமகளைப் பாரதியார் போற்றும் முறை சாலச் சிறந்ததாகும்.

இவ்வுலகில் வழங்குங் கலைகளைக் கவின்கலையென்றும் பயன் கலை என்றும் பகுத்துக் கூறுவதுண்டு. கண்ணையும் செவியையும் கவர்ந்து, அவற்றின் வாயிலாக மனத்திற்கு இன்பம் ஊட்டும் கலைகள் கவின்கலைகளாகும். மக்கள் வாழ்க்கைக்குப் பயன்படும் பல திறப்பட்ட பொருள்களை ஆக்கிக் கொள்வதற்குச் சாதனமாய கலைகள் பயன்கலைகள் எனப்படும். இவ்விருவகைக் கலைகளின் வடிவமாக நாமகள் விளங்குகின்றாள் என்னும் உண்மையைப் பாரதியார் நன்கு அருளிப் போந்தார்.

செஞ்சொற் கவி இயற்றும் கலைவாணர் கருத்திலும், உள்ளொளி வாய்ந்த உரவோர் மனத்திலும், உலகினர்க்கு ஒளிநெறி காட்டும் உயரிய மறையிலும், கலைமகள் மகிழ்ந்துறைகின்றாள். இன்னும், இன்னிசை வீணையை மலர்க்கரத்திலேந்திய கலைமகள், மக்கள் பேசும் மழலை மொழியிலும், மாதர் இசைக்கும் மதுரப் பாட்டிலும்,கீதம் பாடும் குயிலின் குரலிலும், சிறையாரும் மடக்கிளியின் செந்நாவி லும் அமர்ந்திருக்கின்றாள். அன்றியும் மாடங்களை அழகு செய்யும் ஓவியங்களிலும், கோயில்களிலமைந்த சீரிய சிற்பங்களிலும் கலைமகள் விளங்குகின்றாள். எனவே, செவியினைக் கவரும் இயற் கவியும் இன்னிசையும்

கண்ணினைக் கவரும் ஓவியமும் சிற்பமும் அறிவுத் தெய்வம் உறையுமிடங்களாகும்.

இவ்வுலகில் வாழும் மக்களுக்குப் பயன்படும் பொருள்களை ஆக்கி அளிக்கும் தொழிலாளர் பலராவர். இரும்பைக் கொன்று வெம்படை வடிக்கும் கருங்கைக் கொல்லரும், திண்ணிய மரத்தைத் தறித்து முறித்துப் பணி செய்யும் தச்சரும், குழைந்த மண்ணாற் பாண்டங்களை வனையும் குயவரும், பட்டாலும் பருத்தி நூலாலும் ஆடைகள் நெய்யும் சாலியரும் உலக வாழ்க்கைக்குப் பயன்படுங் கலைகளைப் பயின்று பணி செய்கின்றார்கள். இன்னோர் பணிகளிலும் கலைமாது பண்புற்று இலங்குகின்றாள்.

இன்னும் வேதம் பயிலும் வேதியரும், வீரம் விளைக்கும் வேந்தரும், வான்பொருளீட்டும் வணிகரும், தாளாண்மையிற் சிறந்த வேளாளரும் ஒருங்கே வணங்கும் விழுமிய தெய்வம் அறிவுத் தெய்வமேயாகும். மாந்தரது உள்ளத் தாமரையில் இனிதுறைந்து அவர் அறிவினுக்கறிவாய் நின்று புன்னெறி விலக்கி நன்னெறி காட்டும் தெய்வம் கலைத் தெய்வமேயாகும். மேலோரென்றும் கீழோரென்றும் எண்ணாது, செல்வரென்றும் வறிஞரென்றும் கருதாது, முதியரென்றும் இளையரென்றும் பாராது,'எக்குடிப் பிறப்பினும் யாவரே ஆயினும் அறிவினை விரும்புவோர் அனைவரும் வருக' என்று அருள் கூர்ந்து அழைத்திடுந் தெய்வம் அறிவுத் தெய்வ மேயாகும்.

இத்தகைய தெய்வத்தை நிறைமொழி மாந்தர் மறைமொழியாற் போற்றினார்கள். அறிவறிந்த மாந்தர் ஆண்டுதோறும் எண்ணும் எழுத்துமமைந்த ஏடுகளை வரிசையாக அடுக்கி அணிவிழா எடுத்தார் கள்; விரையுறு நறுமலர் தூவி வணங்கினார்கள்; வண்ணமும் சுண்ணமும் வழங்கினார்கள். இவ்வாறு ஆண்டுதோறும் நிகழும் நாமகள் விழாவினைக் கண்ட பாரதியார்,

"செந்தமிழ் மணி நாட்டிடை யுள்ளீர்

சேர்ந்தித் தேவை வணங்குவம் வாரீர்
வந்தனம் இவட் கேசெய்வ தென்றல்
வாழி யஃதிங் கெளிதன்று கண்டீர்
மந்திரத்தை முணுமுணுத் தேட்டை
வரிசையாக அடுக்கி அதன் மேல்
சந்தனத்தை மலரை யிடுவோர்
சாத்திரம் இவள் பூசனை யன்றும்"

என்று சாற்றியருளினார். ஆண்டிற்கொருமுறை கலையேடுகளை எடுத்தடுக்கி மலர்மாலை புனைவதும், சந்தனம் சாத்துவதும், மந்திரம் முரல்வதும், வந்தனை செய்வதும் உயரிய வழிபாடென்று கருதுவது பெருந்தவறாகும். 'பொக்க மிக்கவர்' பூவையும் நீரையும் கலைமகள் பொருளாகக் கருதமாட்டாள். கலைவடிவாய் நாமகளுக்குகந்த வழிபாடுதான் யாதோ என்று அறிய விரும்புவார்க்குப் பாரதியார் நல்வழி காட்டுகின்றார். தமிழ் நாட்டிலுள்ள வீடுதோறும் கலையின் ஒளி சிறக்கவேண்டும். வீதிதோறும் இரண்டொரு கல்லூரி இலங்கவேண்டும். நகரந்தோறும் கலாசாலைகள் ஓங்க வேண்டும். கல்வி நலம் அறியாத கசடர் வாழும் ஊர்களை எரியினுக்கு இரையாக்க வேண்டும். இவ்வாறு அறியாமையை அழித்து ஒழித்து யாண்டும் கலையின் மணம் கமழச்செய்தலே நாமகளின் அருள் பெறுதற்குரிய நல்ல வழிபாடென்று பாரதியார் அறிவிக்கின்றார்.

நாட்டிலுள்ள ஏழை மாந்தர்க்கு எழுத்தறிவித்தல் நூலோர் தொகுத்தவற்றுள் எல்லாம் தலையாய அறமென்னும் உண்மையை,

"இன்னறுங் கனிச் சோலைகள் செய்தல்
இனிய நீர்த்தண் சுனைகள் இயற்றல்
அன்ன சத்திரம் ஆயிரம் வைத்தல்
ஆலயம் பதினாயிரம் நாட்டல்
பின்ன ருள்ள தருமங்கள் யாவும்
பெயர் விளங்கி ஒளிர நிறுத்தல்

அன்ன யாவினும் புண்ணியங் கோடி
ஆங்கோ ரேழைக் கெழுத் தறிவித்தல்"

என்று பாரதியார் அறிவித்துப் போந்தார். பல்லாயிரம் ஆண்டுகட்கு முன்னரே அறத்தின் பெருமையை அறிந்து அதனை ஆர்வ முற வளர்த்த நாடு நம் நாடாகும். வருந்தி வந்தவர் அரும்பசி களைந்து அவர் திருந்திய முகங்கண்டு திளைத்த நாடு இந்நாடாகும். கொழு கொம்பின்றிக் குழைந்துகிடந்த சிறு முல்லைக்கொடியின் துயர் கண்டு தரியாது, அக் கொடி படருமாறு தன் பொற்றேரை நிறுத்திச் சென்ற புரவலன் வாழ்ந்த நாடு இந்நாடாகும். வழி நடந்து செல்லும் ஏழை மக்கள் வெங்கதிரோன் கொடுமையால் வருந்தா வண்ணம் இனிய சாலைகளும் சோலைகளும் வகுத்தமைத்து அறம் வளர்த்த நாடு இந்நாடாகும். மும்மைசால் உலகுக்கெல்லா முதல்வனாய இறைவனுக்குச் செம்மை சான்ற கோயில்களும் தளிகளும் எடுத்த நாடு இந்நாடேயாகும். இங்ஙனம் அன்ன சாலைகள் அமைத்தலும், ஆலயங்கள் எடுத்தலும், சாலைகள் வகுத்தலும், சோலைகள் வளர்த்தலும் சிறந்த அறங்களே எனினும், அறிவை வளர்க்கும் கலாசாலைகள் நிறுவுதலே தலையாய் அறமென்று பாரதியார் அறிவுறுத்தினார்.

எண்ணும் எழுத்தும் கண்ணெனத்தகும் என்னும் உண்மையைப் பழந் தமிழ் மக்கள் பொன்னே போற் போற்றினர். கல்வி நலம் வாய்ந்தோரே மக்களாவரென்றும், அந்நலம் அமையப்பெறாத மானுடர் விலங்கனையரென்றும் பழந்தமிழ்ப் பனுவல் பகுத்துரைக்கின்றது. 'கற்றல் கேட்டல் உடையார் பெரியார்' என்றார் நற்றமிழ் வல்ல ஞானசம்பந்தர். எனவே, உடம்பினை வளர்க்கும் அன்னசாலையினும் உயிரினை வளர்க்கும் அறிவுச்சாலை சிறந்ததென்று அறைத் லும் வேண்டுமோ? 'கற்றவர் விழுங்கும் கற்பகக் கனி" யாய இறைவன் 'கல்லார் நெஞ்சில் நில்லான்' என்னும் உண்மையை உணர்வோ மாயின் இறைவனை வணங்குதற்குரிய ஆலயங்களை அமைப்பதற்கு முன்னே அறிவினை வளர்க்கும் கல்லூரிகளை அமைத்தல் வேண்டும்

என்பது இனிது விளங்குவதாகும். இதனாலேயே கலைநல மறியாது வருந்தும் வறிஞர்க்கு எழுத்தறிவிக்கும் அறம் எனைய அறங்களி னும் நூறாயிரம் மடங்கு மேலானதென்று பாரதியார் அறிவித்தார். இத்தகைய கல்விச்சாலைகளை நாடெங்கும் நாட்டுதலே கலைமகள் உள்ளத்தை மகிழ்விக்கும் உயரிய வழிபாடாகும். கல்லூரிகளிற் போந்து எண்ணும் எழுத்தும் பயிலும் மாணவர் கண்ணெதிரே கலைமகளின் வீணையும் கையும் விரிந்த முகமலரும் விழுமிய காட்சி அளிப்பனவாகும்.

21. பண்டாரப்பாட்டு

ஆன்மவீரம் படைவீரத்தினும் பெரிதென்னும் உண்மையைப் பல நூற்றாண்டுகளுக்கு முன்னமே தமிழ்நாடு அறிந்துகொண்டது. நாடாளும் வேந்தரது நால்வகைப் படையையும் வெல்லும் ஆற்றல் அறப்படையை ஆளும் ஆன்ம வீரரிடம் உண்டு என்பது திருத்தொண்டர் சரித்திரத்தால் நன்குணரப்படும். சைவ சமயத்தைத் தமிழ் நாட்டில் நிலை நிறுத்திய மூவருள் ஒருவராய திருநாவுக் கரசரை ஒரு சிறந்த ஆன்ம வீரராகக் கருதி அவர் வாழ்க்கையையும் அவர் தேவாரத்தையும் பாரதியார் ஊன்றிப் படித்துள்ளார். அப்பரது ஆன்ம வீரம் பாரதியார் உள்ளத்தில் புகுந்து உந்துவதாயிற்று. மாநில வேந்தரது மறப்படையின் வலிமையை அறப்படையால் வெல்ல லாகுமென்று ஆயிரத்திருநூறு ஆண்டுகட்டு முன்னரே தமிழ் நாட்டார்க்கு அறிவித்தவர் திருநாவுக்கரசர். இவ்வுலகில் புயவலியும் படைவலியும் படைத்தோரே வீரராகக் கருதப்படுவர். மேலை நாட்டில் படைச் செருக்குற்று வாழ்ந்த அலெக்சாண்டர், நெப்போலியன் முதலியோரை வீரராகக் கொண்டு போற்றுகின்றார்கள். புயவலியினும் படைவலியினும் பெரிய ஆன்மத்திறல் படைத்த வீரராகத் திருநாவுக்கரசர் விளங்குகின்றார். சமண சமயத்தைக் கைவிட்டு அப்பெருமான் சைவ சமயம் சார்ந்தபொழுது சமண மன்னன் சீற்ற முற்றான்; மதம் மாறித் தவறிழைத்த நாவுக்கரசரைக் கொணருமாறு வெம்படை தாங்கிய வீரரைப் போக்கினான். அவ்வீரர் அப்பர் இருந்த இடம் போந்து வீரமொழி பேசி ஆரவாரித்தனர். எனினும் அவர்களது உருண்டு திரண்ட மேனியைக்கண்டு அப்பர் சிறிதும் அஞ்சினாரல்லர்; அவர்கள் கையிலமைந்த படைக்கலம் கண்டுறையளவும் மயங்கினாரல்லர். "நாமார்க்குங் குடியல்லோம், நமனை யஞ்சோம்" என்று தொடங்கும் வீரப்பாட்டிசைத்தார். இவ்வாறு மன்னனது பரந்த படையின் முன்னே தனியராய்

அஞ்சா நெஞ்சின ராய் நின்று அவன் மறப்படையைத் தம் ஆன்மவலியால் வென்ற அப்பரது வீரப்பாட்டு பாரதியார் உள்ளத்தைக் கவர்ந்தது.

"யார்க்குங் குடியல்லேன் யான் என்ப
தோர்ந்தனன் மாயையே-உன்தன்
போர்க்கஞ்சுவேனே பொடியாக்குவேன்
உன்னை மாயையே "

என்று தன்னை அச்சுறுத்திய மாயையைப் பழித்துப் பாடியுள்ளார். இப்பாட்டில் திருநாவுக்கரசரது வீரக்கட்டுரை விளங்கக்காணலாம்.

பாரதியார் பாடிய வீரப்பாடல்களுள் தலையாய் நிற்கும் தகுதி வாய்ந்தது "அச்சமில்லை" என்று தொடங்கும் 'பண்டாரப் பாட்' டே யாகும். அப்பாட்டில்,

"பச்சை ஊன் இயைந்த வேற்படைகள் வந்த போதினும்
அச்சமில்லை அச்சமில்லை அச்சமென்ப தில்லையே"

என்றெழுந்த அடிகள் நாவுக்கரசரை எதிர்த்து நின்ற மன்னன் படையைப் போன்ற மறப்படையைக் குறிப்பன என்று கருதுவது பொருத்தமுடைய தாகும். இன்னும் திருநாவுக்கரசரைத் துன் புறுத்தக் கருதிய அரசன் அவரை நீற்றறையிலிட்டான். அந்நீற்றறை யின் வெம்மையை நாவுக்கரசர் தம் மனச்செம்மையால் வென்றார்.

"மாசில் வீணையும் மாலை மதியமும்
வீசு தென்றலும் வீங்கிள வேனிலும்
மூசு வண்டறை பொய்கையும் போன்றதே
ஈசன் எந்தை இணையடி நீழலே"

என்னும் பாட்டு அந்நிலையில் அப்பரால் பாடப்பட்டதாகும். ஏழு நாள் நீற்றறையில் ஏதமின்றி இருந்து வெளிப்பட்ட நாவுக்கரசர் பெருமையை அரசன் அறிந்தானல்லன்; பலநாள் உணவின்றியிருந்த அப்பரது பசியைத் தீர்ப்பான் போல்

நஞ்சுகலந்த பாற் சோற்றை அவருக்கு ஊட்டுமாறு பணித்தான். அரசனது ஏவலாளர் நஞ்சு தோய்ந்த அன்னத்தை அப்பர் முன்னே படைத்து நயவஞ்சகம் பேசி நின்றார். ஆருயிர் மருந்து எனப்படும் அன்னத்தில் நஞ்சு கலந்த பணியாளரை நாவுக்கரசர் பகைவரெனக் கருதினாரல்லர்; நண்பரெனவே கருதினார்; அவரிட்ட சோற்றை உண்டு மகிழ்ந்தார்.

இங்ஙனம் பகைவரிட்ட நஞ்சையும், நண்பரிட்ட நல்லமுதெனக் கருதியுண்ட நாவுக்கரசர்,

"பெயக்கண்டும் நஞ்சுண்ட மைவர் நயத்தக்க
நாகரிகம் வேண்டு பவர்"

என்னும் திருக்குறளுக்குச் சிறந்த சான்றாவான்றோ? இவ்வாறு நாவுக்கரசர் ஆற்றிய அருஞ் செயலை வள்ளுவனார் அருளிய சொல்லொடுகலந்து

"நச்சை வாயிலே கொணர்ந்து நண்பர் ஊட்டு போதினும்
அச்சமில்லை அச்சமில்லை அச்சமென்ப தில்லையே"

என்று பாரதியார் நல்விருந்தளித்தார்.

நஞ்சுண்டும் சாகாதிருந்த நாவுக்கரசரை நசுக்கிச் சிதைக்குமாறு கடக்களிற்றைக் காவலன் அவர்மேல் விடச்சொன்னான். கட்டவிழ்த்து விட்ட கொலைக்களிறு கூடத்தைக் குத்தி ஒரு குன்றமெனப் புறப்பட்டது. வெஞ்சின வேழத்தைக் கண்ணுற்ற அப்பர் சிறிதும் சஞ்சல முற்றாரல்லர்; செஞ்சடைக் கடவுளின் அடியார்க்கு

"அஞ்சுவதியா தொன்று மில்லை
அஞ்சவருவதும் இல்லை"

என்று நெஞ்சுருகிப் பாடினார். தறுகண் வேழம் வெம்மை நீத்து திருநாவுக்கரசரை வலம்வந்து தாழ்ந்து இறைஞ்சி எழுந்து சென்றது. மதவேழத்தின் செருக்கை யடக்குமாறு

திருத்தொண்டர் பாடிய பாட்டே "அச்சமில்லை அச்சமில்லை அச்சமென்பதில்லையே" என்னும் பல்லவிக்கு அடிப்படை என்று கருதுவது தவறாகாது.

இவ்வுலகில் எஞ்ஞான்றும் படைச்செருக்குற்ற மன்னவர் உலகின் அச்சாணியன்ன ஆன்றோரையும், மக்கள் கருத்தில் உச்ச மாக நின்று நிலவும் பெரியோரையும் துச்சமாகக் கருதித் தூறு செய்வதுண்டு. அவ்வகையிலேயே சைவசமய சீலராய் விளங்கிய நாவுக்கரசரைச் சமண மன்னன் பலவாறு ஒறுக்கத் துணிந்தான். இத்தகைய உலகியலை நன்கறிந்த பாரதியார்,

"துச்சமாக எண்ணி நம்மைத் தூறுசெய்த போதினும்
அச்சமில்லை அச்சமில்லை அச்சமென்ப தில்லையே"

என்று பாடினார்.

இன்னும் 'ஊனம் ஒன்றில்லா இறைவனுக்கு ஆட்பட்ட உத்தமர்' வேறொன்றையும் பொருளாகக் கருதுவதில்லை. மண்ணும் விண்ணும் நிலைகுலைந்தாலும், ஞாயிறும் திங்களும் திசை மாறினாலும் அன்னார் மனந்துளங்குவதில்லை. இவ்வுண்மையை,

"வானந் துளங்கிலென் மண்கம்ப மாகிலென்
ஊனமொன் றில்லா ஒருவனுக்கு ஆட்பட்ட உத்தமர்க்கே"

என்று அப்பர் தம் தேவாரத்தில் அருளிப் போந்தார். அவ்வான் மத்திறலின் அருமை யறிந்த பாரதியார்,

"உச்சிமீது வானிடிந்து வீழுகின்ற போதினும்
அச்சமில்லை அச்சமில்லை அச்சமென்பதில்லையே"

என்று கற்றாரும் கல்லாரும் அறியும் முறையில் விளக்கிப்போந்தார். நாவுக்கரசர் பெருமையை உலகறியக் காட்ட விழைந்த இறையனார் வானிள மங்கையரை அப்பர்பால் விடுத்து அவரை மயக்கப் பணித்தார். அம்மங்கையர் கண்ணொளி வீசி நாவுக்கரசர் உழவாரத்

தொண்டாற்றிய இடந்தொறும் தோன்றி நடமாடினார்கள். வேற்படையினும் கொடிய அன்னார் கண்களைக் கண்டு நாவரசர் சிறிதும் அஞ்சினாரல்லர்; தளர்ந்தாரல்லர். உரன் என்னும் அங்குசத்தால் ஐம்பொறிகளையும் காத்து நின்ற அப்பரை வெல்ல இயலாது வான மங்கையர் தோற்றொழிந்தார். இக்கருத்தை மனத்திற்கொண்டு 'காதல் புரியும் மாதரார்

"கண்கள் வீசு போதிலும்
அச்சமில்லை அச்சமில்லை அச்சமென்ப தில்லையே"

என்று பாரதியார் பாடிப்போந்தார். ஆகவே முற்காலக் கவிஞராகிய திருநாவுக்கரசரது வீர வாழ்க்கையும் வீரப்பாடலும் பாரதியார் உள்ளத்தைக் கவர்ந்து வீரக்கவிதையை விளைத்தன என்று கூறுதல் மிகையாகாது.

22. தமிழ்த்தாயின் முறையீடு

தமிழ்மொழி வழங்கும் தென்னாடு தெய்வத் திருநாடென்று போற்றத்தக்கதாகும்; ஆன்றோர் வாழும் நாடென்று அறிந்து வழுத்தத் தக்கதாகும். "பழமறைகள் முறையிடப் பைந்தமிழ்ப் பின் சென்ற" பெருமான், வடசொற்கும் தென்சொற்கும் வரம்பாய் அமைந்த வேங்கடமலையில் நின்று அருந்தமிழைக் காக்கின்றான். நீலத்திரைக் கடலோரத்திலே நின்று நித்தம் தவஞ்செய்யும் கன்னித் தெய்வம் கருங்கடலைக் கையமர்த்திக் காவல்புரிகின்றாள். இன்னும் நீண்ட தமிழால் உலகை நேமியின் அளந்த முத்தமிழ் முனிவர், புகழ்பூத்த பொதியமாமலையில் அமர்ந்து தமிழகத்தைக் கண்ணினைக் காக்கும் இமைபோற் காத்தருள்கின்றார். இங்ஙனம் வடபால் நீல மேனி நெடியோனும், தென்பால் கன்னித் தெய்வமும், குடபால் அருந்தவ முனிவரும். கருத்துற நோக்கிக் காவல்புரிதலால் செந்தமிழ் நாடு தெய்வக்காவலில் அமைந்த திருநாடாகப் பாரதியார் உள்ளத்தில் தோன்றுகின்றது.

இத்தகைய திருநாட்டிற் பிறந்து வளர்ந்த தமிழ்மொழியின் முற்காலப் பெருமையையும், பிற்காலச் சிறுமையையும் தமிழ்மக்களுக் குணர்த்தக் கருதிய பாரதியார், தமிழ்த்தாய் முறையிடும் பான்மை யில் உருக்கமாகப் பாடியுள்ளார்.

தலையிலணிந்த சூளாமணி சரிய, இடைடையிலணிந்த மணிமேகலை தளர, இணையடிச் சிலம்புகள் புலம்ப, கண் கலங்கி நிற்கும் தமிழன்னை தன் தகை சான் ற மக்களை நோக்கி 'என் ஆருயிர் மக்காள்! ஆதிசிவனருளால் இந்நானிலத்தில் தோன்றினேன்; முத்தமிழறிந்த முனிவரருளால் திருந்தினேன்; நற்றமிழ் மன்னரது செல்வச் சிறுமியாய்ச் செழித்து வளர்ந்தேன்; அறிவறிந்த மக்கள் ஆக்கியளித்த காவியக் கலனணிந்து விளங்கினேன்; இடைக்காலத்தில் பல நல்லணிகளைக் காலமென்னும் கள்வனிடம் பறிகொடுத்தேன்; இன்று வறுமையுற்று

வாடுகின்றேன்; பசையற்ற மாக்கள் பேசும் வசைமொழி என் செவியினைச் சுடுகின்றது; உள்ளத்தை அறுக்கின்றது; புத்தம் புதிய கலைகள் மேலை நாடுகளில் மெத்த வளர்கின்றனவாம். அக் கலைகள் ஐம்பெரும் பூதங்களின் திறத்தினை நுணுக்கமாக உணர்த்து கின்றனவாம்.

அம்மேன்மைக் கலைகள் என்பால் இல்லையாம். மேலை நாட்டு மொழிகளே இனி மேலோங்கி வளர்ந்து வாழுமாம். யான் மெல்லத் தளர்ந்து மேன்மையிழந்து அழிந்து ஒழிவேனாம். இவ்வாறு மதியிலார் உரைக்கும் மாற்றம் அறியீரோ? பேதையர் கூறும் புன்மொழி உணரீரோ? இவ்வசை மொழி என்பாலமைய நீர் வாளாவிருத்தலாகுமோ? எட்டுத் திசையும் சென்று கிட்டிய கலைகள் யாவும் கொணர்வீர்,புத்தணி புனைந்து என் நலத்தினைப் புதுக்குவீர். நல்ல கலைப்பொருள் அனைத்தையும் வாரிக் கொணர்ந்து நல்குவீர். ஆதி பகவன் அருள் வலியாலும், இன்று சார்ந்த புலவரது தவவலியாலும் அப்பேதையர் உரைத்த பெரும்பழி ஒழியும்; புகழ் ஏறிப் புவிமிசை என்றுமிருப்பேன்' என்று தமிழன்னை தன் ஆற்றாமையை அறிவித்துத் தமிழ் மக்களைத் தட்டி எழுப்புகின்றாள்.

இங்ஙனம் தமிழ்த்தாயின் வாய்மொழியாகப் பாரதியார் எழுதியுள்ள பாட்டின் கருத்து அறிந்து போற்றுதற்குரியதாகும். மேலை நாடுகளில் நாள்தோறும் நலமுற்றோங்கி வளரும் நவீனக் கலைகள் தமிழ் மொழியில் இல்லை யென்பதுண்மையே. அக்குறைபாடறிந்து தமிழன்னை வருத்தமுற்றாளேனும் சீற்றமுற்றாளல்லள். மேலை நாட்டுக் கலைகளிலமைந்த அரும் பொருள்களை எடுத்துரைக்கும் திறம் தமிழ் மொழிக்கில்லை என்றும், அத்திறமின்மையால் இனி மெல்லத் தமிழ் மொழி இறந்து படுமென்றும் விரிவிலா அறிவினார் கூறும் வசை மொழி கேட்டுத் தமிழ்த்தாய் வெகுள்கின்றாள்; அருந் தமிழின் ஆற்றலறிந்தவர் எவரும் அவ்வாறு உரை செய்யாராதலால் கூறத்தகாதவன் கூறினன்' என்றாள். தமிழ் மொழியின் நீர்மை உணராத முழு மகனே அவ்வாறு உரைக்கத் துணிவனாதலால் 'அந்தப் பேதை

உரைத்தான்' என்று அன்னை அவனைச் சுட்டி இகழ்ந்துரைத்தாள். ஆயினும் அத்தீய வெஞ்சொல் அன்னையின் உள்ளத்தில் ஊடுருவிப் பாய்கின்றது. வாள்போல் அழுந்தி நின்று அறுக்கின்றது. தகவிலார் கூறும் வசையினைத் தீர்த்து இசையினை நல்குமாறு அருந்தமிழ் மக்களை அன்னை வருந்தி அழைக்கின்றாள்.

ஆங்கிலம் முதலிய மேலைநாட்டு மொழிகளையறிந்த மாணவர் கடமையைப் பாரதியார் பண்புற கூறுகின்றார். பிறநாட்டு நல்லறிஞர் இயற்றிய புத்தம் புதிய கலைநூல்களைத் தமிழ் மொழியிற் பெயர்த்தல் வேண்டும். அக்கலைகளிலமைந்த புதிய கருத்துக்களை உணர்த்தும் பெற்றி வாய்ந்த பழந்தமிழ்ச் சொற்கள் பண்டைப் பனுவலிற் பதிந்து கிடக்குமாயின் அவற்றை அகழ்ந்தெடுத்து வழக்காற்றில் உய்த்தல்வேண்டும். புதிய சொற்கள் வேண்டுமாயின் தமிழ்ச் சொல்லாக்க முறையறிந்து அவற்றைப் பிறப்பித்தல் வேண் டும். நல்ல நூல்களை மொழி பெயர்த்தும், நவீன நூல்களை இயற்றி யும் தமிழ் மொழியின் கலைச்செல்வத்தைப் பெருக்க வேண்டும். இங் ஙனம் விரைந்து பணி செய்ய முற்படாது தமிழ் மொழியின் பழம் பெருமை பேசிமகிழ்தலாற் பயனில்லை. "மறைவாக நமக்குள்ளே பழங்கதைகள் சொல்வதிலோர் மகிமையில்லை. 'கண்ணுதற் பெருங்கடவுளும் கழகமோடமர்ந்து, பண்ணுறத் தெரிந்தாய்ந்த பைந்தமிழ்' என்று பாராட்டுவதனால் தமிழ்மொழி பரவிவிட மாட்டாது. என்று முளதென்றமிழ் என்று இறுமாந்து பேசுதலால் தமிழ்மொழி ஏற்றமுறமாட்டாது. 'சங்கத்திருப்பிலேயிருந்து வையை ஏட்டிலே தவழ்ந்த பேதை' என்று வாய்ப்பறை சாற்றுவதால் தமிழ் மொழி வளர்ந்துவிட மாட்டாது. தாய்மொழித் தொண்டு செய்யக் கருதும் தகைசான்ற அறிஞர் பழம் பெருமை பேசும் பழக்கத்தை விட்டொழித்து, தமிழ் மொழியின் குறைகளை அறிந்து, பணிசெய்ய முற்பட வேண்டும். தமிழ் நாட்டிலமைந்த பல்கலைக் கழகங்கள் மேலை நாட்டுக் கலைகளை மொழி பெயர்க்கும் விழுமிய

பணியை மேற்கொள்ள வேண்டும். அரசியலாளர் அம் முயற்சியை ஆதரிக்க வேண்டும். தமிழன்னை மீண்டும் தலைசிறந்து விளங்கும் காலம் வருமோவென்று ஏங்கித்தளர்பவர் இந்நாளிற் பலராவர். இங்ஙனம் தமிழ்ச் சேய்களிற்சிலர் மயங்கித் தளர்ந்தாலும் தமிழ்த் தாய் மனம் தளரவில்லை; உரனிழந்த மக்கள் மனத்தைத் தேற்றுகின்றாள்; எத்திசையும் புகழ்மணக்க மீண்டும் தான் ஏற்றமுறுங்காலம் அண்மையில் வருமென்று அறிவிக்கின்றாள்; "ஆதிசிவன் அருளாலும் அறிவறிந்த என் மக்கள் ஆர்வத்தாலும் வீறுபெற்று விளங்குவேன்" என்று தமிழன்னை வாயிலாகப் பாரதியார் கூறும் வாய் மொழி கார்மேகத்தினிடையே இலங்கும் கதிரொளியாகும்.

★ ★ ★

Printed at Repro India Ltd.